ஜப்பான் நாட்டு குழந்தைகளுக்குப் பிடித்த கதைகள்

பாகம்-1

தொகுப்பு : புளோரன்ஸ் சகேட்

தமிழில் : சூ.ம.ஜெயசீலன்

Japan Nattu Kuzhanthaikalukku Piditha Kathaigal

Su.Ma. Jeyaseelan

First Edition: September, 2022

Published by

BOOKS FOR CHILDREN

im print of Bharathi Puthakalayam

7, Elango Salai, Teynampet, Chennai - 600 018

Email: bharathiputhakalayam@gmail.com | www.thamizhbooks.com

ஜப்பான் நாட்டு குழந்தைகளுக்குப் பிடித்த கதைகள்

சூ.ம.ஜெயசீலன்

முதல் பதிப்பு: செப்டம்பர், 2022

வெளியீடு

புக்ஸ் ஃபார் சில்ரன்

பாரதி புத்தகாலயத்தின் ஓர் அங்கம்

7, இளங்கோ சாலை, தேனாம்பேட்டை, சென்னை-600 018

தொலைபேசி : 044- 24332424, 24330024 | விற்பனை: 24332924

விற்பனை நிலையம்

7, இளங்கோ சாலை, தேனாம்பேட்டை, சென்னை- 600 018

அருப்புக்கோட்டை: கதவுஎண் 49 A/4 மெயின் ரோடு, தெற்கு தெரு - 9994173551

ஈரோடு: 39: 39 ஸ்டேட் பாங்க் சாலை - 9245448353

கரூர்: நாரத கானசபா அருகில் (TNGEA OFFICE)- 9442706676

காரைக்குடி : 12, 2 வது தெரு, கம்பன் மணிமண்டபம் பின்புறம் - 9443406150

கும்பகோணம்: 352, ரயில் நிலையம் எதிரில் - 9443995061

குன்னூர்: N.K.N வணிக வளாகம் பெட்போர்ட்

கோவை: 77, மசக்காளிபாளையம் ரோடு, பீளமேடு - 8903707294

சிதம்பரம்: 22A / 18B தேரடி கடைத் தெரு, கீழவீதி அருகில் - 9994399347

செங்கல்பட்டு: 1 D ஜி.எஸ்.டி சாலை - 044 27426964 | சேலம்: 15, வித்யாலயா சாலை சாலை

சேலம்: பாலம் 35, அத்வைத ஆஸ்ரமம் சாலை 0427 2335952

தஞ்சாவூர்: காந்திஜி வணிக வளாகம் காந்திஜி சாலை - 9655542400

திண்டுக்கல்: பேருந்து நிலையம் - 9942331105, 9976053719

திருச்சி: வெண்மணி இல்லம், கரூர் புறவழிச்சாலை - 9994289492

திருநெல்வேலி: 25A, ராஜேந்திரநகர் - 9442149981 | திருப்பூர்: 447, அவினாசி சாலை - 9486105018

திருவண்ணாமலை: முத்தம்மாள் நகர் | திருவல்லிக்கேணி: 48, தேரடி தெரு - 9444428358

திருவாரூர்: 35, நேதாஜி சாலை - 9442540543 | நாகர்கோவில்: 699 கே.பி.ரோடு R.V.புரம் - 9443450111

நெய்வேலி: பேருந்து நிலையம் அருகில், - 9443659147 | பழனி: பேருந்து நிலையம் அருகில் - 9442883696

பாண்டிச்சேரி : கிழக்கு கடற்கரைச்சாலை, இலாசுப்பேட்டை, 9486102777

பெரம்பூர்: 52, கூக்ஸ் ரோடு - 9444373716 | மதுரை: 37A, பெரியார் பேருந்து நிலையம் - 045 22324674

மதுரை: சர்வோதயா மெயின்ரோடு

வடபழனி: பேருந்து நிலையம் எதிரில் அடையார் ஆனந்தபவன் மாடியில் - 9444476967

விருதுநகர்: 131, கச்சேரி சாலை - 0456 2245300 | வேலூர்: பேஸ் III, சத்துவாச்சாரி - 9442553893

நினைத்த நூல்கள்... நினைத்த நேரத்தில்...   ▶ BharathiTV | www.bookday.in

thamizhbooks.com   🅦 8778073949

ரூ.100/-

அச்சு : பிரிண்டெக், சென்னை – 600 005.

சூ.ம.ஜெயசீலன்

வாசிப்புப் பழக்கத்தையும் எழுதும் ஆர்வத்தையும் மாணவர்களிடம் கொண்டு செல்லும் எழுத்தாளர் மற்றும் மொழிபெயர்ப்பாளர். இந்து தமிழ் திசை நாளிதழ், காமதேனு, யாவரும், கனலி, கலகம் போன்ற இதழ்களிலும், இணையதளங்களிலும் இவரின் கட்டுரைகள், சிறுகதைகள் மற்றும் மொழிபெயர்ப்புச் சிறுகதைகள் வெளிவந்துள்ளன.

இவரின் 'இது நம் குழந்தைகளின் வகுப்பறை' நூல், சென்னை புத்தகத் திருவிழா 2017-இல் சிறந்த கல்வி நூல் விருது பெற்றது. மேலும், கல்வியியல் பாடத்திட்டத்தில் EPC – Reading and Reflecting on Texts பிரிவில் இடம் பெற்றுள்ளது.

மங்கலக்குடி வழி,
ஆண்டாஞூரணி – 623308,
இராமநாதபுரம் மாவட்டம்.
பேச & புலனம்: +91 9600 45 7040
மின்னஞ்சல்: sumajeyaseelan@gmail.com

கதை உலகம்

01

குழிப்பேரி[1] சிறுவன்

வெகுகாலத்துக்கு முன்பு கனிவுமிக்க ஒரு தாத்தாவும் பாட்டியும் ஜப்பானில் வாழ்ந்தார்கள். தாத்தா மரம் வெட்டும் வேலை செய்தார். குழந்தைகள் இல்லாததால் தாத்தாவும் பாட்டியும் மிகவும் கவலையோடு தனிமையில் இருந்தார்கள்.

ஒருநாள், தாத்தா விறகு வெட்ட மலைக்குச் சென்றார். துணி துவைக்க பாட்டி ஆற்றுக்குச் சென்றார்.

துணி துவைக்கத் தொடங்கிய சிறிது நேரத்திலேயே, பெரிய குழிப்பேரி பழம் ஆற்றில் மிதந்து வந்ததை பாட்டி மிகவும் ஆச்சர்யத்துடன் பார்த்தார். அவருடைய வாழ்நாளில் அவ்வளவு பெரிய குழிப்பேரியை இதற்கு முன்பு அவர் பார்த்ததே இல்லை. ஆற்றிலிருந்து பாட்டி பழத்தை எடுத்தார்.

வீட்டுக்குக் கொண்டு சென்று அன்றைய இரவு உணவாக தாத்தாவுடன் பகிர்ந்து சாப்பிட முடிவு செய்தார்.

மாலையில் தாத்தா வீட்டுக்குத் திரும்பியவுடன், "இரவு உணவுக்காக எவ்வளவு அற்புதமான குழிப்பேரி எனக்குக் கிடைத்திருக்கிறது பாருங்கள்" என்று பாட்டி கூறினார். "ஆமாம், உண்மைதான்! அழகான குழிப்பேரி" என்று சொன்ன தாத்தா, மிகவும் பசியுடன் இருந்ததால், "இப்போதே வெட்டி சாப்பிடுவோம்" என்றார்.

சமையல் அறையிலிருந்து ஒரு பெரிய கத்தியை பாட்டி எடுத்து வந்தார். பழத்தை இரண்டாக வெட்டத் தயாரானார்கள். அப்போது குழிப்பேரி பழத்திலிருந்து மனிதக் குரல் கேட்டது. "பொறுங்கள்! என்னை வெட்டிவிடாதீர்கள்!". உடனடியாக குழிப்பேரி இரண்டாகப் பிளந்தது. உள்ளிருந்து அழகான ஒரு சிறுவன் வெளியே வந்தான்.

தாத்தாவும் பாட்டியும் திகைத்துப்போனார்கள். சிறுவன் சொன்னான், "பயப்படாதீர்கள்! குழந்தை இல்லாமல் நீங்கள் தனிமையில் இருப்பதைக் கண்ட கடவுள் என்னை உங்கள் மகனாக அனுப்பியுள்ளார்."

மிகவும் மகிழ்ந்த தாத்தாவும் பாட்டியும் அச்சிறுவனை தங்கள் மகனாக ஏற்றுக்கொண்டார்கள். குழிப்பேரியில் இருந்து பிறந்ததால் அவனுக்கு மொமதாரோ என்று பெயரிட்டார்கள். மொமதாரோ என்றால் குழிப்பேரி என்று பொருள். அவர்கள் மொமதாரோவை மிகவும் நேசித்தார்கள்; நல்ல பையனாக அவனை வளர்த்தார்கள்.

அவனுக்கு 15 வயதானபோது தன் பெற்றோரிடம் சென்று, "நீங்கள் என் மீது எப்போதுமே கனிவோடு நடந்துகொள்கிறீர்கள். நான் இப்போது வளர்ந்துவிட்டேன். நம் மக்களுக்கு நான் ஏதாவது நல்லது செய்ய வேண்டும். கடலுக்கு உள்ளே, வெகு

தொலைவுக்கு அப்பால் ஓஹார் என்னும் தீவு இருக்கிறது. மனிதர்களைத் தின்னும் அரக்கர்கள் பலர் அங்கே வாழ்கிறார்கள். அவர்கள் அடிக்கடி இங்கு வந்து பொருட்களைத் திருடுவதும் மக்களைத் தூக்கிச் செல்வதுமாக இருக்கிறார்கள். எனவே ஓஹார் தீவுக்குச் சென்று அவர்களுடன் போரிட்டு அவர்கள் திருடிச்சென்ற பொக்கிஷங்களைத் திரும்பக் கொண்டுவரப் போகிறேன். தயவுசெய்து இதைச் செய்ய என்னை அனுமதியுங்கள்!" என்றான்.

இதைக் கேட்டதும் மொமதாரோவின் தந்தையும் தாயும் மிகவும் மகிழ்ந்தார்கள். அடுத்தவர்களுக்கு உதவி செய்ய மொமதாரோ விரும்பியதைக் கண்டு

பெருமைப்பட்டார்கள். ஓஹார் தீவுக்குச் செல்வதற்குத் தேவையான உதவிகளை மொமதாரோவுக்குச் செய்தார்கள். தந்தை, வாள் மற்றும் சில பாதுகாப்பு கவசங்களைக் கொடுத்தார். தாய், குதிரைவாலி உருண்டை செய்து மதிய உணவுக்காக கொடுத்தனுப்பினார். வீட்டுக்கு விரைவில் திரும்பி வந்துவிடுவதாக சொல்லிவிட்டு மொமதாரோ தன் பயணத்தைத் தொடங்கினான்.

கடலை நோக்கி மொமதாரோ நடந்தான். அது ரொம்ப தூரத்தில் இருந்தது. நடந்து செல்லும்போது, பழுப்பு நிற நாய் ஒன்றைப் பார்த்தான். மொமதாரோவைப் பார்த்து குரைத்த நாய் அவனைக் கடிக்க முயன்றது. குதிரைவாலி உருண்டை ஒன்றை நாய்க்குக் கொடுத்து, தான் ஓஹார் தீவுக்குச் செல்வதாகச் சொன்னான். அப்படியென்றால், தானும் உதவிக்கு வருவதாக நாய் சொன்னது.

மொமதாரோவும் நாயும் தொடர்ந்து நடந்து கொண்டிந்தபோது விரைவிலேயே ஒரு குரங்கைப் பார்த்தார்கள். குரங்கும் நாயும் ஒருவருக்கொருவர் சண்டையிடத் தொடங்கின. ஓஹார் தீவில் உள்ள, மனிதர்களைத் தின்னும் அரக்கர்களைக் கொல்ல தாங்கள் செல்வதாக குரங்கிடம் மொமதாரோ சொன்னான். பிறகு, "நானும் உங்களுடன் சேர்ந்துகொள்ளலாமா?" என்று குரங்கு கேட்டது. குரங்குக்கும் ஒரு குதிரைவாலி உருண்டை கொடுத்து தங்களுடன் சேர்த்துக்கொண்டான் மொமதாரோ.

மொமதாரோ, நாய், குரங்கு மூவரும் தொடர்ந்து நடந்தபோது விரைவிலேயே வால்காக்கை ஒன்றைக் கண்டார்கள். பழுப்பு நிற நாய், குரங்கு, வால்காக்கை மூவரும் சண்டையிட ஆயத்தமானபோது ஓஹார் தீவில் இருக்கின்ற மனிதர்களைத் தின்னும்

அரக்கர்களுடன் சண்டையிட தாங்கள் செல்வதாக வால்காக்கையிடம் மொமதாரோ சொன்னான். "நானும் உங்களுடன் சேர்ந்துகொள்ளலாமா?" என வால்காக்கை கேட்டது. வால்காக்கைக்கு குதிரைவாலி உருண்டை ஒன்று கொடுத்த மொமதாரோ, தங்களுடன் சேர்ந்து வருமாறு சொன்னான்.

பொதுவாக, ஒருவரையொருவர் வெறுக்கும், நாய், குரங்கு மற்றும் வால்காக்கை மூவரும் நல்ல, நம்பிக்கைக்குரிய நண்பர்களானார்கள். மொமதாரோவை தங்கள் படைத் தளபதியாகக் கொண்டு, நீண்ட தூரம் நடந்து, கடலை அடைந்தார்கள். அங்கு ஒரு படகு கட்டி கடல் வழியே ஓஹார் தீவுக்குச் சென்றார்கள்.

தீவு கண்ணுக்கெட்டும் தூரத்தில் வந்த பிறகு, அரக்கர்கள் மிகவும் வலுவான கோட்டைச் சுவர் கட்டியிருப்பதை அவர்களால் பார்க்க முடிந்தது. அங்கே நிறைய அரக்கர்கள் இருந்தார்கள். அவர்களில் சிலர் சிவப்பு நிறத்திலும், சிலர் நீல நிறத்திலும், மேலும் சிலர் கருப்பு நிறத்திலும் இருந்தனர்.

முதலில், வால்காக்கை கோட்டைச் சுவரின் மீது பறந்து சென்று அரக்கர்களின் தலைகளில் கொத்தத் தொடங்கியது. அரக்கர்கள் தங்கள் தடிகளால் வால்காக்கையை அடிக்க முயன்றனர். ஆனால், மிக வேகமாகப் பறந்து அவர்களின் தாக்குதல்களில் இருந்து தப்பியது. அரக்கர்கள் கவனிக்காத வேளையில், குரங்கு மெல்ல கோட்டைக்குள் நுழைந்து கதவைத் திறந்தது. உடனே, மொமதாரோவும் நாயும் வேகமாக கோட்டைக்குள் நுழைந்தார்கள்.

பயங்கரமாக சண்டை நடந்தது. வால்காக்கை அரக்கர்களின் தலையில் கொத்தியது, குரங்கு தன் கூரிய நகங்களால் கீறியது, நாய் தன் பற்களால் கடித்தது. மொமதாரோ தனது வாளால் அரக்கர்களை வெட்டினான்.

கடைசியில், அரக்கர்கள் அனைவரும் தோற்கடிக்கப்பட்டனர். மொமதாரோவின் முன்னால் மண்டியிட்டு, 'இனி ஒருபோதும் பொல்லாத செயல்களில் ஈடுபடமாட்டோம்' என உறுதியளித்தனர். பின்னர், அவர்கள் திருடிய அனைத்து பொக்கிசங்களையும் மொமதாரோவிடம் கொண்டு வந்தனர்.

அவைகள், கற்பனை செய்ய முடியாத அளவுக்கு மிகவும் அற்புதமான பொக்கிசங்கள். தங்கம், வெள்ளி மற்றும் விலையுயர்ந்த எண்ணற்ற நகைகள் அதில் இருந்தன. மொமதாரோவும் அவரின் நண்பர்களும் அவை அனைத்தையும் படகில் எடுத்துச் சென்றார்கள். பிறகு, பொக்கிசங்களை ஒரு வண்டியில் ஏற்றி பயணித்தார்கள். போகும்போதே, அரக்கர்கள் திருடிய பொருட்களை மக்களிடம் திருப்பிக் கொடுத்துக்கொண்டே சென்றார்கள்.

இறுதியாக, மொமதாரோ தன் வீட்டுக்குத் திரும்பினான். அவனைப் பார்த்த அவனுடைய அம்மாவும் அப்பாவும் எவ்வளவு மகிழ்ச்சியடைந்தார்கள் என்பதை சொல்லவும் வேண்டுமோ! மொமதாரோ கொண்டு வந்த எஞ்சிய செல்வங்களுடன் அவர்கள் செல்வந்தரானார்கள். அனைவரும் மிகவும் மகிழ்ச்சியுடன் ஒன்றாக வாழ்ந்தார்கள்.

02

மந்திர தேநீர் கொதிகெண்டி

ஒருகாலத்தில் வயதான துறவி ஒருவர் இருந்தார். தேநீர் குடிப்பது அவருக்கு மிகவும் பிடிக்கும். தனக்கான தேநீரை அவரே தயாரித்துக்கொள்வார். ஆனால், தேநீர் தயாரிக்கப் பயன்படுத்துகின்ற பாத்திரம் குறித்து மிகவும் கவலைப்பட்டார்.

ஒருநாள், பழைய பொருட்கள் விற்கும் கடையில், அழகான இரும்பு கொதிகெண்டி ஒன்றைப் பார்த்தார். தேநீருக்கான தண்ணீரைச் சுட வைக்க இக்கொதிகெண்டியைப் பயன்படுத்துவார்கள். கொதிகெண்டியானது மிகவும் பழையதாக துரு ஏறி இருந்தது. ஆனாலும், துருவுக்கு அடியில் மறைந்து இருந்த அழகை வயதான துறவியால் காண முடிந்தது. அக்கொதிகெண்டியை வாங்கி தன் கோவிலுக்கு கொண்டு சென்றார். எல்லா துருவும் போகும்வரை சுத்தம் செய்து

பளபளப்பாக்கினார். பிறகு, தன்னோடு ஆலயத்தில் தங்கியிருந்த இரண்டு மாணவர்களையும் அழைத்தார்.

"நான் இன்று வாங்கி வந்த அழகான கொதிகெண்டியைப் பாருங்கள். இப்போது இதில் தண்ணீர் சுட வைத்து நம் அனைவருக்கும் தேநீர் தயாரிக்கப் போகிறேன்" என்று அவர்களிடம் சொன்னார்.

கொதிகெண்டியை நெருப்பின் மீது வைத்துவிட்டு, சுற்றி அமர்ந்து தண்ணீர் சூடாகுவதற்காக காத்திருந்தார்கள். கொதிகெண்டி மெல்ல மெல்ல சூடாக ஆரம்பித்தது. அப்போது அந்த அதிசயம் நடந்தது. வளைக்கரடியின்² தலைபோலவும், முடிநிறைந்த அதன் வால் போலவும், அதன் நான்கு சிறிய கால்கள் போலவும் கொதிகெண்டி மாறியது.

"ஐயோ! ரொம்ப சுடுதே....! எனக்கு எரியுது... எரியுது" என்று கத்தியபடி கொதிகெண்டியானது நெருப்பிலிருந்து துள்ளி விழுந்தது. வளைக்கரடியின் கால்களுடன் அறையைச் சுற்றி ஓடியது.

துறவி ஆச்சர்யத்தில் உறைந்தாலும், கொதிகெண்டியை இழக்க விரும்பவில்லை. தன் மாணவர்களை நோக்கி, "சீக்கிரம், சீக்கிரம்... பிடிங்க... வெளியே விட்டுடாதீங்க" என்று கத்தினார்.

ஒரு மாணவன் விளக்குமாறு எடுக்க, மற்றவன் நெருப்பு அள்ளப் பயன்படும் இடுக்கியை எடுத்தான். இருவரும் கொதிகெண்டியை விரட்டிக்கொண்டு வெளியில் ஓடினார்கள். அவர்கள் எப்போது பிடித்தார்களோ அப்போதே வளைக்கரடியின் கால்கள், தலை, வால் அனைத்தும் மறைந்து, சாதாரண கொதிகெண்டியாக மாறிவிட்டது.

"இது மிகவும் விசித்திரமாக இருக்கிறதே!" என்று சொன்ன துறவி, "இது கண்டிப்பாக சூனிய கொதிகெண்டியாக இருக்க வேண்டும். கோவிலைச் சுற்றி இதுபோன்ற ஏதும் இருக்கக் கூடாது. இதை உடனடியாக அப்புறப்படுத்த வேண்டும்" என்றார்.

அந்த நேரம் பார்த்து பழைய பொருட்கள் வாங்குகிற வியாபாரி வந்தார். அவரிடம் கொதிகெண்டியைக் கொடுத்தத் துறவி, "இதோ, பழைய இரும்பு கொதிகெண்டி. இதை நான் விற்க விரும்புகிறேன். எவ்வளவு கொடுக்கலாமோ கொடுங்கள்" என்றார்.

எடை இயந்திரத்தில் வைத்து நிறுத்துப் பார்த்த வியாபாரி மிகவும் குறைவான விலைக்கு துறவியிடம் இருந்து வாங்கிக்கொண்டார். குறைவான விலையில் வாங்கிய மகிழ்ச்சியில் விசில் ஊதிக்கொண்டே தன் வீட்டுக்குச் சென்றார்.

அன்றைய நாள் இரவு வியாபாரி தூங்கச் சென்றார். வீடு மிகவும் அமைதியாக இருந்தது. திடீரென, "வியாபாரியே! வியாபாரியே!" என்று ஒரு குரல் கேட்டது.

கண் விழித்து பார்த்த வியாபாரி, விளக்கேற்றிக்கொண்டே, "யாரது கூப்பிடுவது?" என்று கேட்டார்.

அங்கே தலையணை மீது வளைக்கரடியின் தலை, முடிநிறைந்த வால் மற்றும் நான்கு சிறிய கால்களுடன் கொதிகெண்டி நிற்பதைக் கண்டார். ஆச்சர்யத்தில், "நீ... வயதான துறவியிடம் இருந்து நான் இன்று வாங்கி வந்த கொதிகெண்டிதானே?" என்று கேட்டார் வியாபாரி.

"ஆமாம் நான்தான்" என்று சொன்ன கொதிகெண்டி, "ஆனால், சாதாரண கொதிகெண்டி அல்ல. நான் உண்மையிலேயே வளைக்கரடிதான். இதற்குள் மறைந்திருக்கிறேன். என் பெயர் பம்பியூக்கு. அதாவது, 'நல்ல அதிர்ஷ்டம்'. அந்த வயதான துறவி என்னை நெருப்பின் மீது வைத்து எரித்தார், எனவேதான் அவரிடமிருந்து நான் தப்பி ஓடினேன். ஆனால் நீங்கள் என்னை கனிவோடு பார்த்துக்கொண்டு நல்லமுறையில் உணவு கொடுத்து, நெருப்பின் மீது ஒருபோதும் வைக்க மாட்டீர்கள் என்றால் நான் உங்களுடனே இருப்பேன். மேலும், நீங்கள் செல்வ வளத்துடன் வாழ உதவி செய்வேன்" என்றது.

"இது ரொம்ப விசித்திரமாக இருக்கிறதே!" என்ற வியாபாரி, "நான் பணக்காரனாவதற்கு உன்னால் எப்படி உதவி செய்ய முடியும்?" என்று கேட்டார்.

"எல்லா வகையான அற்புதமான தந்திரங்களையும் என்னால் செய்ய முடியும்" என்று புசுபுசுவென்றிருந்த தன் வாலை ஆட்டியபடியே சொன்னது கொதிகெண்டி. "நீங்கள் செய்ய வேண்டியதெல்லாம் ஒரு கண்காட்சிக்கு ஏற்பாடு செய்யுங்கள். என் நிகழ்ச்சியைப் பார்க்க வரும் மக்களுக்கு நுழைவுச்சீட்டு விற்பனை செய்யுங்கள்" என்றது.

இதுவும் நல்லதுதான் என்று நினைத்த வியாபாரி, மறுநாளே தன்னுடைய முற்றத்தில் சிறிய மண்டபம் கட்டினார். "பம்பியூக்கு, அதாவது, நல்ல அதிர்ஷ்டத்தின் மந்திர தேநீர் கொதிகெண்டி மற்றும் அதன் அசாதாரண தந்திரங்கள்" என அறிவிப்பு பலகை வைத்தார்.

பம்பியூக்குவைப் பார்ப்பதற்காக ஒவ்வொரு நாளும் நிறைய மக்கள் வந்தார்கள். வியாபாரி நுழைவுச் சீட்டு விற்பார். அரங்கம் நிரம்பியதும் உள்ளே சென்று பெரிய ட்ரம் ஒன்றை அடிக்கத் தொடங்குவார். பம்பியூக்கு வெளியே வந்து நடனம் ஆடி அனைத்து வகையான சேட்டைகளும் செய்யும். பல்வேறு விளையாட்டுக்கள் காட்டினாலும், பெண்கள் பயன்படுத்தும் சிறுகுடை ஒரு கையிலும், விசிறி மற்றொரு கையிலுமாக வைத்துக்கொண்டு கயிற்றின் மேல் பம்பியூக்கு நடந்ததுதான் மக்களை மிகவும் கவர்ந்தது. மக்கள் இதை மிகவும் ரசித்தனர். தொடர்ந்து சத்தமாக குரல் எழுப்பி பம்பியூக்குவை உற்சாகப்படுத்துவார்கள். ஒவ்வொரு காட்சிக்குப் பிறகும் பம்பியூக்கு சாப்பிடுவதற்கு வியாபாரி சுவையான அரிசி கேக் கொடுப்பார்.

எண்ணற்ற நுழைவுச் சீட்டுக்களை விற்ற வியாபாரி மிகப்பெரும் செல்வந்தர் ஆனார். ஒருநாள் பம்பியூக்குவிடம் சென்று, "தினந்தோறும் இந்த தந்திரங்களைச் செய்வதால், நிச்சயமாக நீ களைத்திருப்பாய். தேவையான பணம் என்னிடம் இருக்கிறது. நான் ஏன் உன்னை மீண்டும் கோவிலுக்கே எடுத்துச் செல்லக் கூடாது? அங்கே நீ அமைதியான வாழ்க்கை வாழலாமே? என்று கேட்டார்.

"சரிதான்," என்று சொன்ன பம்பியூக்கு, "நானும் கொஞ்சம் களைத்துத்தான் போயுள்ளேன். கோவிலில் அமைதியான வாழ்வு வாழ்வதைப் பற்றி எனக்கு

கவலையில்லை. ஆனால், அந்த வயதான துறவி என்னை மீண்டும் நெருப்பின் மீது வைத்தாலும் வைப்பார். ஒருபோதும் எனக்கு சுவையான அரிசி கேக் தரமாட்டார்." என்றது.

"எல்லாவற்றையும் என்னிடம் விட்டுவிடு" என்றார் வியாபாரி.

மறுநாள் காலையில், பம்பியூக்குவை கோவிலுக்கு திரும்பி கொண்டு சென்றார் வியாபாரி. நடந்த அனைத்தையும் துறவியிடம் விளக்கியதுடன், தனக்கு பம்பியூக்கு நல் அதிர்ஷ்டம் கொண்டு வந்ததையும் சொன்னார். சொல்லி முடித்த பிறகு, "பம்பியூக்கு இங்கேயே தங்கி அமைதியான வாழ்வு வாழ அனுமதிப்பீர்களா? எப்போதும் அரிசி கேக் கொடுத்து, ஒருபோதும் நெருப்பின் மீது வைத்துவிடாமல் பாதுகாக்க வேண்டும்" என கேட்டுக்கொண்டார்.

"கண்டிப்பாக நான் செய்கிறேன். எங்கள் கருவூல அறையில் மதிப்புமிக்க இடத்தில் அது இருக்கலாம். பம்பியூக்கு உண்மையிலேயே அதிர்ஷ்டம் நிறைந்த மந்திர கொதிகெண்டிதான். எனக்கு முன்பே

தெரிந்திருந்தால் நிச்சயமாக நெருப்பின் மீது வைத்திருக்க மாட்டேன்" என்றார் துறவி.

தன் இரண்டு மாணவர்களையும் துறவி அழைத்தார். அனைவரும் சேர்ந்து ஒரு மர தளத்தின் மீது பம்பியூக்குவை வைத்தார்கள். கோவிலின் கருவூலத்துக்கு பம்பியூக்குவை எடுத்துச் சென்றார்கள். அதன் அருகில் சில அரிசி கேக்குகள் வைத்தார்கள்.

கோவிலின் கருவூல அறையில் மகிழ்ச்சியாக இப்போதும் பம்பியூக்கு இருப்பதாக சொல்லப்படுகிறது. சாப்பிடுவதற்கு தினந்தோறும் அரிசி கேக்குகள் கொடுக்கிறார்கள். ஒருபோதும் நெருப்பின் மீது வைக்கவே இல்லை. பம்பியூக்கு அமைதியாகவும், மகிழ்ச்சியாகவும் உள்ளது.

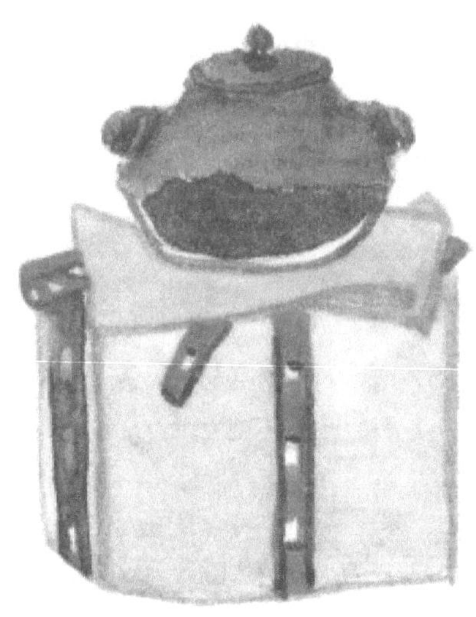

03

குரங்கு நடனம் – குருவி நடனம்

ஒருகாலத்தில் வயதான விறகுவெட்டி இருந்தார். விறகுக்காக மலைக்கு உள்ளே வெகுதூரம் சென்ற அவர் வழியை மறந்துவிட்டார். தூரத்தில் இசையும், மிகவும் ருசியான உணவு மற்றும் மதுவின் வாசனையும் வரும்வரை எங்கே செல்கிறோம் என்றே தெரியாமல் வெகுநேரம் நடந்தார்.

உயரமான குன்றில் ஏறிய தாத்தா, குரங்குகள் கூட்டமாக நடனமாடுவதைக் கண்டார். அவைகள் சாப்பிட்டன; நடனமாடின; பாடின. மேலும் அரிசியில் இருந்து அவைகள் தயாரித்த மதுவைக் குடித்தன. அந்த மது

நன்றாக வாசம் வீசியதால், தாத்தாவுக்கு கொஞ்சம் குடிக்க ஆசை வந்தது.

தாத்தா ஆச்சர்யப்படுமளவு, குரங்குகள் அழகாக பாடின; நடனமாடின. ஒரு குரங்கு குடுவையில் மதுவை நிரப்பிக்கொண்டு, "வீட்டுக்குச் செல்ல நேரமாகிவிட்டது" என்று மற்ற குரங்குகளிடம் சொன்னது. மற்ற குரங்குகளும் பத்திரமாகப் போகச் சொல்லின. தனக்கு கொஞ்சம் மது கிடைக்குமா என அறிய விரும்பிய தாத்தா அந்த குரங்கைப் பின்தொடர்ந்தார்.

சிறிது தூரம் சென்றவுடனேயே, மது குடுவையைச் சுமப்பது குரங்குக்கு கனமாக இருந்தது. எனவே, நின்று, சிறிது மதுவை சிறிய குடுவையில் ஊற்றியது குரங்கு. குடுவையை தலையில் கவனமாக வைத்து விட்டு, வயதான மரத்தில் இருந்த பொந்தில் மற்ற குடுவையை வைத்துவிட்டு மகிழ்ச்சியாகச் சென்றது.

மரத்துக்குப் பின்னால் மறைந்திருந்து இவை அனைத்தையும் தாத்தா பார்த்துக்கொண்டிருந்தார். "நான் சிறிது மதுவை எடுத்தால், குரங்குக்கு ஒன்றும் தெரியாது" என்று தனக்குள் சொல்லிக்கொண்டார். மரப்பொந்துக்கு விரைந்து சென்று, தன்னிடமிருந்த குடுவையில் சிறிது நிறைத்தார். "அற்புதம்! வாசம் அடிப்பதுபோலவே இந்த மது சுவையாகவும் இருந்தால், மிகவும் நல்லது. வழியைக் கண்டுபிடித்தால், என் மனைவிக்கும் இதைக் கொடுக்கலாம்" என்று நினைத்தார்.

வயதான மரவெட்டி தன் வழியை மறந்திருந்த அதே நேரத்தில், அவரின் மனைவியும் ஒரு சாகசத்தைச் செய்திருந்தார். மரத்தடியில் அமர்ந்து துணி துவைத்துக்கொண்டிருந்தபோது, மரத்துக்கு மேலே

குருவிகள் விருந்து சாப்பிட்டுக்கொண்டிருப்பதைப் பார்த்தார். மது வாசமாக இருந்ததால், தனக்கு கொஞ்சம் குடிக்கக் கிடைத்தால் நல்லது என நினைத்தார் பாட்டி.

குருவிகள் அனைத்தும் பாடி ஆடி முடித்தபிறகு, அவைகளின் ஒரு குடுவையை விரைவாக எடுத்து தன் அங்கிக்குள் மறைத்துக்கொண்டு, வீட்டுக்கு விரைந்து சென்றார். "இதை என் கணவருக்கு கொடுப்பேன். இது, மணப்பது போலவே சுவையாகவும் இருந்தால், நிச்சயமாக அவர் மகிழ்வார்" என்று நினைத்தார்.

வீட்டுக்கு பாட்டி சென்ற சிறிது நேரத்திலேயே தாத்தாவும் ஒரு வழியாக வழியைக் கண்டுபிடித்து வீட்டுக்கு வந்தார். ஒரே நேரத்தில் இருவரும், "உங்களுக்கு நான் ஒன்று வைத்துள்ளேன்" என்றார்கள். ஒவ்வொருவரும் தங்களது வியக்கத்தக்க கதைகளைச் சொன்னார்கள். தங்கள் மதுக் குடுவைகளை மாற்றிக்கொண்டு நன்றாக குடித்தார்கள்.

அந்த மது மிகவும் சுவையாக இருந்தது. குடித்து முடித்த சிறிது நேரத்திலேயே, இருவருக்கும் ஆடவும் பாடவும் அடக்க முடியாத ஆவல் எழுந்தது. பாட்டி, பாடிக்கொண்டு குரங்குபோல குதித்தார். அதேவேளையில் தாத்தா கைகளை விரித்து குருவி போல கீச்சென்று சத்தமிட்டார்.

முதலில் தாத்தா பாடினார்,

"ஒரு நூறு குருவிகள்

வசந்தகாலத்தில் நடனம் ஆடின

கீச்... கீச்...கீச்.... கீச்!"

பிறகு பாட்டி பாடினார்:

"ஒரு நூறு குரங்குகள்

தடதடவென சத்தமிட்டன

தட...தட....தட...தட!"

அவர்கள் மிக அதிகமாக சத்தம் போட்டதால், நில உரிமையாளர் அவர்களின் வீட்டுக்கு ஓடி வந்தார். அங்கே, பாட்டி குரங்கு போலவும், தாத்தா குருவி போலவும் நடனமாடுவதைப் பார்த்தார்.

"இங்கே பாருங்கள்! இங்கே பாருங்கள்!" கத்தினார் நில உரிமையாளர், "இப்படியெல்லாம் ஒருபோதும் செய்யக் கூடாது. ஒரு பெண்ணின் நடனம், பெண்ணுக்குரியதைப்போல நளினமாக, குருவியுடையதைப்போல இருக்க வேண்டும். ஆணின் நடனம், ஆணுக்குரியதுபோல துணிச்சலாக, குரங்கினுடையதைப்போல இருக்க வேண்டும். இப்படி நேர்மாறாக இருக்க கூடாது."

வயதான ஜோடிகள் நடனமாடி முடித்தபிறகு, தங்களின் வீரதீர சாகச கதைகளை நில உரிமையாளரிடம் சொன்னார்கள். "ஓ, அப்படியா!" என்று ஆச்சர்யப்பட்டவர், நீங்கள் தவறான மதுவை குடித்துவிட்டீர்கள். நீங்கள் ஏன் மதுக்குடுவையை மாற்றி குடித்து, என்ன நடக்கிறது என பார்க்கக் கூடாது?" என்று கேட்டார்.

அதன் பிறகு, எப்போதுமே வயதான விறகுவெட்டி குரங்கு மதுவை குடித்தார். ஆண்மைத் தினவுடன் நன்றாக ஆடினார். பாட்டி எப்போதுமே, குருவியின் மதுவை குடித்தார். பெண்மை தன்மையுடன் ஆடினார். அவர்கள் நடனமாடியதைப் பார்த்த அனைவரும், அவை மிகவும் நன்றாக இருப்பதைப் பார்த்து அவர்களைப்போலவே நடனமாடத் தொடங்கினர். அதனால்தான், இன்றுவரை ஆண்கள் நடனமாடும்போது துணிச்சலாகவும், வேகமாகவும் குதித்து ஆடுகிறார்கள். பெண்கள் ஆடும்போது மிகவும் நளினமாகவும், பறவைபோலவும் ஆடுகிறார்கள்.

<h1 style="text-align:center">04</h1>

<h2 style="text-align:center">மூக்கு நீளமான பூதங்கள்</h2>

வெகு காலத்துக்கு முன்பு, மூக்கு நீளமான இரண்டு பூதங்கள் ஜப்பான் நாட்டின் வடக்கே உயரமான மலையில் வாழ்ந்தன. ஒன்று பச்சை பூதம். மற்றொன்று சிவப்பு பூதம். தங்களுடைய மூக்கை அதிக தூரத்துக்கு நீட்ட முடியும் என்பதால் தங்கள் மூக்கைக் குறித்து மிகவும் கர்வத்தோடு இருந்தன. 'யாருடைய மூக்கு மிகவும் அழகானது?' என்று எப்போதும் வாக்குவாதம் செய்தன.

ஒருநாள் பச்சை பூதம் தன்னுடைய மலை உச்சியில் ஓய்வெடுத்துக்கொண்டிருந்தது. அப்போது, சமவெளிப் பகுதியில் இருந்து வந்த அற்புதமான வாசம் அதன் மூக்கில் பட்டது. "ஆகா! ஏதோ நல்ல வாசமாக இருக்கிறதே! என்னவாக இருக்கும்?" என்று யோசித்தது.

அதை அறிவதற்காக, தன் மூக்கை நீட்டத்
தொடங்கியது. வாசத்தைப் பின்தொடர்ந்து நீளமாக,
இன்னும் நீளமாக நீட்டியது. ஏழு மலைகளைக் கடந்து
சமவெளிப் பகுதிக்குச் சென்ற மூக்கு, அரசர் ஒருவரின்
மாளிகையில் நின்றது.

மாளிகையின் உள்ளே அரசரின் இளைய மகள்,
இளவரசி வெள்ளை மலர் விருந்து
கொடுத்துக்கொண்டிருந்தாள். நிறைய இளவரசிகள்
விருந்துக்கு வந்திருந்தார்கள். அவர்களுக்கு,
தன்னிடமிருந்த மிகவும் அழகான, அரிதான அங்கிகளை
வெள்ளை மலர் காட்டினாள். கருவூல அறையைத்
திறந்த இளவரசிகள் அற்புதமான ஆடைகளை
வெளியே எடுத்தார்கள். அனைத்தும் வாசனை
திரவியங்களுடன் பொதியப்பட்டிருந்தன. பச்சை

பூதத்தின் மூக்கு முகர்ந்து பார்த்தது இந்த வாசனையைத்தான்.

தன்னுடைய அங்கியை மாட்டி வைப்பதற்கான ஓர் இடத்தை இளவரசி வெள்ளை மலர் தேடினாள். அப்போதுதானே எல்லாராலும் அவற்றை நன்றாகப் பார்க்க முடியும். வெள்ளை பூதத்தின் மூக்கு கண்ணில் பட்டதும், "அட, இதோ, யாரோ ஒரு கம்பத்தை இங்கே வைத்திருக்கிறார்களே! சரி, அதில் அங்கிகளைத் தொங்கவிடுவோம்!" என்றாள்.

இளவரசிகள் தங்கள் பணிப்பெண்களை அழைக்க, அவர்கள் வந்து அழகான அங்கிகளை பச்சை பூதத்தின் மூக்கில் தொங்கவிட்டார்கள். ரொம்ப தூரத்தில் மலையில் அமர்ந்திருந்த பச்சை பூதம், தன் மூக்கில் ஏதோ கூசுவதை உணர்ந்தது. உடனே மூக்கை மீண்டும் தன் பக்கம் இழுக்கத் தொடங்கியது.

தங்களின் அழகான அங்கிகள் காற்றில் பறந்து போவதைப் பார்த்த இளவரசிகள் ஆச்சர்யப்பட்டார்கள். அங்கிகளை எடுக்க முயன்றார்கள். ஆனால் அதற்குள் அவை போய்விட்டன.

தன் மூக்கில் அழகான அங்கிகள் தொங்கிக்கொண்டிருப்பதைப் பார்த்த பச்சை பூதம் மிகவும் மகிழ்ந்தது. எல்லாவற்றையும் ஒன்று சேர்த்து தன் வீட்டுக்கு கொண்டு சென்றது. பிறகு, தன்னை

வந்து பார்க்குமாறு, அடுத்த மலையில் வாழ்ந்த சிவப்பு பூதத்தை அழைத்தது.

"இங்கே பாரு! என்னே அழகான மூக்கு எனக்கு! அற்புதமான இந்த அங்கிகளையெல்லாம் எனக்கு கொண்டு வந்துள்ளது" என்றது பச்சை பூதம்.

அங்கிகளைப் பார்த்த சிவப்பு பூதம் பொறாமைப்பட்டது. சிவப்பு பூதங்களால் பச்சை நிறமாக மாற இயலாது, இல்லாவிட்டால் பொறாமையால் பச்சை நிறமாகவே மாறியிருக்கும்.

"யாருடைய மூக்கு சிறந்தது என்று நான் காட்டுகிறேன். கொஞ்சம் பொறுத்திரு, உனக்கு நான் காட்டுகிறேன்" என்றது சிவப்பு பூதம்.

எனவே, தினந்தோறும் தன்னுடைய மலை உச்சியில் அமர்ந்து, தனது நீண்ட சிவப்பு மூக்கைத் தடவிக்கொண்டே காற்றில் முகர்ந்து பார்த்துக்கொண்டிருந்தது. பல நாட்கள் கழிந்தன, எந்த நல்ல வாசமும் வரவில்லை. பொறுமையிழந்த சிவப்பு பூதம் "சரி, இதற்கு மேல் நான் காத்திருக்கப்போவதில்லை. எப்படியாகினும், என்னுடைய மூக்கை சமவெளிப் பகுதிக்கு அனுப்புவேன். நிச்சயமாக ஏதாவது நல்லது அங்கே கிடைக்கும்" என்று நினைத்தது.

சிவப்பு பூதம் தன் மூக்கை நீட்டத் தொடங்கியது. நீளமாக, நீளமாக, ஏழு மலைகளைக் கடந்து சமவெளியில் இறங்கி, இறுதியில் அதே அரசரின் மாளிகைக்குச் சென்றது.

அந்த நேரம், அரசரின் இளைய மகன், இளவரசர் வாலரஸ் தன்னுடைய நண்பர்களுடன் தோட்டத்தில் விளையாடிக்கொண்டிருந்தான். சிவப்பு பூதத்தின் மூக்கைப் பார்த்ததும், "அங்கே பாருங்கள், சிவப்பு

கம்பத்தை யாரோ அங்கே வைத்திருக்கிறார்கள். வாருங்கள் அதில் ஊஞ்சல் கட்டி விளையாடுவோம்" என உற்சாகமாகக் கத்தினான்.

ஊஞ்சல் செய்வதற்காக சிவப்பு கம்பத்தில் சிறுவர்கள் கயிறு கட்டினார்கள். ஊஞ்சலாடிக்கொண்டே உயரே மேலே போனார்கள். சிவப்பு கம்பம் முழுவதும் ஏறினார்கள். ஒரு சிறுவன் கத்தியினால் வெட்டி தன் பெயரை அதில் எழுதினான்.

மலையில் அமர்ந்திருந்த சிவப்பு பூதத்துக்கு இது வேதனையைக் கொடுத்தது. மூக்கு மிகவும் கனமாக இருந்ததால் இழுக்கவும் அதனால் இயலவில்லை. ஆனால், மூக்கில் வெட்டுப்பட்டவுடன், தன் பலம் கொண்ட மட்டும் மூக்கை உதறி சிறுவர்களை விழ வைத்துவிட்டு, எவ்வளவு விரைவாக முடியுமோ அவ்வளவு விரைவாக மூக்கை தன் மலைக்கு இழுத்தது.

இதைப் பார்த்த பச்சை பூதம் அடக்க முடியாமல் சிரித்தது. தன் மூக்கை வருடிக்கொண்டே சிவப்பு பூதம் சொன்னது, "பொறாமைப் பட்டதால் எனக்குக் கிடைத்த தண்டனை இது. என் மூக்கை இனி ஒருபோதும் சமவெளிப் பகுதிக்கு அனுப்பவே மாட்டேன்."

05

நிலாவில் முயல்

ஒருமுறை, நிலாவின் முதியவர் குனிந்து பூமியில் இருந்த ஒரு பெரிய காட்டுக்குள் பார்த்தார். காட்டுக்குள்ளே ஒரு முயல், ஒரு குரங்கு, ஒரு நரி மூன்றும் நல்ல நண்பர்களாக ஒன்றாக வாழ்வதைக் கண்டார்.

"இவர்கள் மூவரில் மிகவும் அன்பானவர் யார்!" என வியந்த முதியவர் "கீழே சென்று பார்க்கலாம்" என்று தனக்குத்தானே கூறினார்.

வயதான பிச்சைக்காரர்போல வேடமிட்டு, நிலவில் இருந்து கீழே வந்தார். அந்த மூன்று நண்பர்களும் வாழ்ந்த காட்டுக்குள் சென்றார்.

"எனக்கு ரொம்ப பசிக்கிறது! தயவு செய்து உதவி செய்யுங்களேன்!" என அவர்களிடம் கேட்டார்.

"ஓ! வயதான மனிதரை பார்த்தால் பாவமாக இருக்கிறது" என்று சொன்ன மூவரும் அவருக்கு உணவு தேடுவதற்காக விரைந்தனர்.

நிறைய பழங்களைக் கண்ட குரங்கு, அதை முதியவருக்கு கொண்டு வந்தது. முதியவர் சாப்பிடுவதற்கு பெரிய மீன் ஒன்றைப் பிடித்து வந்தது நரி. ஆனால், அவருக்குக் கொடுப்பதற்கு எதுவுமே முயலுக்கு கிடைக்கவில்லை.

"ஐயோ! ஐயோ! நான் என்ன செய்வேன்?" முயல் அழுதது. உடனே முயலுக்கு ஒறு சிந்தனை உதித்தது.

"திரு. குரங்கே, தயவுசெய்து எனக்காக கொஞ்சம் விறகு கொண்டு வாருங்களேன்" என்று முயல் கேட்டது. அதேபோல், "திரு. நரியே, அந்த விறகில் தீ மூட்டுங்களேன்" என்றும் சொன்னது.

நண்பர் சொன்னபடி குரங்கும் நரியும் செய்தார்கள். நெருப்பு கொழுந்துவிட்டு எரிந்தபோது, வயதான பிச்சைக்காரரிடம் முயல் சொன்னது, "உங்களுக்குக் கொடுக்க என்னிடம் ஏதும் இல்லை. எனவே இந்த

நெருப்புக்குள் குதிக்கிறேன். நான் வெந்த பிறகு நீங்கள் என்னை சாப்பிடலாம்''.

முயல் நெருப்பில் குதிக்கப்போன அந்தக் கடைசி நொடியில் பிச்சைக்காரர் தன் மாறுவேடத்தைக் களைந்தார். மறுபடியும் நிலாவின் முதியவரானார்.

"திரு. முயலே, நீங்கள் மிகவும் அன்பானவர். ஆனால், உங்களைக் காயப்படுத்தும் எதையும் நீங்கள் ஒருபோதும் செய்யக் கூடாது! மூவரில் நீங்களே மிகவும் அன்புக்குரியவர் என்பதால் என்னோடு வாழ உங்களை நான் என் வீட்டுக்கு அழைத்துச் செல்கிறேன்'' என்றார்.

பிறகு, முயலை தன் கைகளில் ஏந்திய நிலாவின் முதியவர், முயலை நிலாவுக்குக் கொண்டு சென்றார். எனவே, நிலா பிரகாசமாக ஒளிர்கையில் அதைப் பார்த்தீர்களென்றால், வெகுகாலத்துக்கு முன்பாக முதியவர் கொண்டு சென்ற முயலை இப்போதும் நீங்கள் பார்க்கலாம்.

06
நாக்கு வெட்டுப்பட்ட கிளி

ஒருகாலத்தில், அன்பான வயதான விவசாயி ஒருவர், பயங்கர கோபக்கார மனைவியுடன் வாழ்ந்தார். அவர்களுக்கு குழந்தைகள் இல்லாததால், அந்த விவசாயி சிறிய கிளி ஒன்று வளர்த்தார். மிகவும் அன்போடு பார்த்துக்கொண்டார். வேலைக்குச் சென்றுவிட்டு மாலையில் வீட்டுக்குத் திரும்பியதும் கிளியைக் கொஞ்சி இரவு சாப்பிடும்வரை அதனோடு பேசிக்கொண்டிருப்பார். தன்னுடைய சொந்த குவளையிலிருந்தே உணவு அளிப்பார். சொந்த குழந்தைபோலவே அந்தக் கிளியை நடத்தினார்.

வயதான பெண்மணி யார் மீதும் எதன் மீதும் ஒருபோதும் அன்பு காட்டியதே இல்லை. குறிப்பாக அந்தக் கிளியை

வெறுத்தார். வீட்டுக்குள் இப்படி ஒரு தொந்தரவு இருப்பதற்காக தன் கணவரை எப்போதும் திட்டினார். குறிப்பாக, துணி துவைக்கும் நாட்களில் பெண்மணியின் கோபம் கரைபுரண்டோடும். ஏனென்றால், கஷ்டமான வேலையே அவருக்குப் பிடிக்காது.

ஒருநாள். விவசாயி வயலில் வேலை செய்துகொண்டிருந்தபோது, பெண்மணி துணி துவைக்கத் தயாரானார். மாவு பிசைந்து ஒரு மரக் குவளையில் சூடு ஆற வைத்தார். அவரின் முதுகு அந்தப்பக்கமாக திரும்பியவுடன், தாவிச் சென்று குவளையின் விளிம்பில் அமர்ந்த கிளி மாவைக் கொத்த ஆரம்பித்தது. இந்த பக்கம் திரும்பிய பெண்மணி, கிளி மாவைத் தின்பதைக் கவனித்தார். கோபத்தின் உச்சத்துக்குச் சென்ற அவர் கத்தரிக்கோலை எடுத்து, அப்போதே கிளியின் நாக்கைக் கத்தரித்தார். "மோசமான பறவையே, இப்போதே இங்கிருந்து போய்விடு" என்று சத்தம் போட்டுக்கொண்டே, கிளியை உயரே தூக்கிப் போட்டார். ஒன்றும் செய்ய முடியாத கிளி, காட்டுக்குள் பறந்து சென்றது.

சிறிது நேரம் கழித்து வீட்டுக்கு வந்த விவசாயி, கிளியைப் பார்த்தார், காணவில்லை. பல இடங்களில் தேடினார். அவரால் கண்டுபிடிக்க முடியவில்லை. கடைசியில், அவரது மனைவி கிளிக்கு தான் செய்ததை

கணவரிடம் சொன்னார். மிகவும் கவலைப்பட்ட விவசாயி, கிளியைத் தேடி மறுநாள் காட்டுக்குள் சென்றார். அவர் நடந்து போனபோது, "சிறு கிளியே, நீ எங்கிருக்கிறாய்? சிறு கிளியே, நீ எங்கிருக்கிறாய்?" என்று கூப்பிட்டுக்கொண்டே சென்றார்.

திடீரென, விவசாயியை நோக்கி கிளி பறந்து வந்தது. ஜப்பானிய பெண்கள் அணியும் கிமோனோ ஆடை அணிந்திருந்தது கிளி. மனிதக் குரலில் பேசியது. "என் தலைவரே! நீங்கள் மிகவும் களைப்பாக இருப்பீர்கள். எனவே தயவுசெய்து என் வீட்டுக்கு வந்து ஓய்வெடுங்கள்" என்று அழைத்தது.

கிளி பேசியதைக் கேட்ட விவசாயி, இந்தக் கிளி தேவதையாக இருக்கலாம் என்று நினைத்தார். கிளியைப் பின்தொடர்ந்து காட்டுக்குள் இருந்த மிகவும் அழகான அரண்மனைக்குள் சென்றார். கிளிக்கு நிறைய பெண் குழந்தைகள் இருந்தார்கள். அவர்கள், விவசாயிக்கு உணவு தயார் செய்தார்கள். அற்புதமான பல்வேறு உணவுகளை உண்ணவும், குடிக்கவும் கொடுத்தார்கள். நான்கு பெண் குழந்தைகள் அழகான 'கிளிநடனம்' ஆடினார்கள். நளினத்துடன் அவர்கள் ஆடியதைப் பார்த்த விவசாயி கைகள் தட்டி அவர்களுடன் சேர்ந்து பாடினார்.

சூரியன் மறைந்துகொண்டிருந்ததை விவசாயி கவனிக்கவில்லை. அவர் எப்போது கவனித்தாரோ அப்போது இருட்டத் தொடங்கிவிட்டது. "நான் விரைவாக வீட்டுக்குச் செல்ல வேண்டும் ஏனென்றால், என்னைப் பற்றி மனைவி கவலைப்படுவார்" என்றார். இன்னும் கொஞ்ச நேரம் கூடுதலாக இருக்கும்படி கிளிகள் கேட்டன. மிகவும் மகிழ்ச்சியாக இருந்த விவசாயிக்கும் போக மனமில்லை. ஆனாலும், "நான் கண்டிப்பாக போக வேண்டும்" என்று சொன்னார்.

"சரி, நீங்கள் எனக்கு செய்த எல்லா நன்மைகளுக்கும் நன்றியாக நான் உங்களுக்கு பரிசு கொடுக்க விரும்புகிறேன். வீட்டுக்கு நீங்கள் எடுத்துச் செல்லலாம்" என்றது கிளி.

இரண்டு பெட்டிகளை கிளி கொண்டு வந்தது. ஒன்று மிகவும் பெரிதாகவும் கனமாகவும் இருந்தது. மற்றொன்று, சிறிதாகவும் கனமில்லாமலும் இருந்தது. "தயவுசெய்து ஒன்றை தேர்வு செய்யுங்கள்" என கிளி கேட்டுக்கொண்டது. வயதான விவசாயி, மிகுந்த நன்றியுடன் சிறிய பெட்டியை எடுத்துக்கொண்டு வீட்டுக்குப் புறப்பட்டார்.

வீட்டுக்குத் திரும்பியதும் நடந்த அனைத்தையும் தன் மனைவியிடம் சொன்னார். அவர்கள் பெட்டியைத் திறந்தபோது, பெட்டி நிறைய தங்கம், வெள்ளி, வைரம், மாணிக்கம், பவளம், மற்றும் நாணயங்கள் இருந்தன. மீத வாழ்க்கை முழுவதும் அவர்கள் செல்வந்தர்களாக வாழ்வதற்குப் போதுமான அளவு பெட்டியில் இருந்தது.

நகைகளைப் பார்த்த விவசாயி மிகவும் நன்றியுள்ளவராக இருந்தார். ஆனால், அவரின் மனைவி கோபமடைந்தாள். "நீங்கள் ஒரு முட்டாள்!, ஏன் நீங்கள் பெரிய பெட்டியை எடுக்கவில்லை? நமக்கு இன்னும் நிறைய செல்வம் கிடைத்திருக்குமே! இன்னொரு பெட்டியை வாங்குவதற்காக கிளியின் வீட்டுக்கு நான் போகிறேன்" என்றார்.

"நமக்கு தேவையானது இருக்கிறது. பேராசைப் படாதே" என்று விவசாயி தன் மனைவியிடம் கெஞ்சினார். தன் முடிவில் மனைவி உறுதியாக இருந்தார். வைக்கோலால் ஆன செருப்பை அணிந்துகொண்டு மனைவி புறப்பட்டார்.

கிளியின் வீட்டுக்குச் சென்றதும், கிளியிடம் மிகவும் இனிமையாக பேசினார் அப்பெண்மணி. தன் வீட்டுக்கு வரவேற்ற கிளி, அப்பெண்மணிக்கு தேநீர் கொடுத்தது. வயதான பெண்மணி கிளம்பத் தயாரானபோது, மீண்டும் ஒரு பெரிய பெட்டியையும் ஒரு சிறிய பெட்டியையும் கிளி கொண்டு வந்து, பரிசாக ஏதாவது ஒரு பெட்டியை எடுத்துக்கொள்ளுமாறு சொன்னது. வயதான பெண்மணி பெரிய பெட்டியை தேர்வு செய்தார். அவரால் தூக்கவே முடியவில்லை. மிகவும் கனமாக இருந்தது. ஆனாலும், அதைச் சுமந்து வீட்டுக்குப் புறப்பட்டார்.

வீட்டுக்குச் சென்றுகொண்டிருந்தபோது, பெட்டியின் கனம் மேலும் மேலும் அதிகரித்தது. உள்ளே என்ன வகையான பொக்கிஷங்கள் இருக்கும்! என ஆச்சர்யப்பட்டார். ஓய்வுக்காக வழியில் அமர்ந்தபோது, ஆர்வ மிகுதியால் பெட்டியைத் திறந்தார்.

திறந்தவுடன், எல்லா வகையான கொடூர உயிர்களெல்லாம் அவர் மீது குதித்து விழுந்தன. அதில் இருந்த சைத்தானின் தலை ஒன்று, பயமுறுத்தும் சத்தம் எழுப்பியது. பெரிய கொடுக்குடன் ஒரு குளவி பெண்ணை நோக்கி பறந்து வந்தது. பாம்புகளும் தேரைகளும் இன்னும் பல சிறிய உயிரினங்களும் இருந்தன. அவர் அரண்டுபோனார்.

துள்ளிக் குதித்து, எவ்வளவு விரைவாக ஓட முடியுமோ அவ்வளவு விரைவாக வீட்டை அடைந்தார். நடந்த அனைத்தையும் தன் கணவரிடம் சொல்லிவிட்டு, "நான் உறுதியாகச் சொல்கிறேன், இனி ஒருபோதும் கஞ்சத்தனமாகவோ, பேராசையுடனோ இருக்க மாட்டேன்" என்றார்.

அப்பெண்மணி பாடம் கற்றுக்கொண்டதாகத் தெரிகிறது. ஏனென்றால், அதன் பிறகு மிகவும் அன்பானவராகவும், தங்கள் தோட்டத்தில் பறக்கும் பறவைகளுக்கு உணவளிக்கும் கணவருக்கு எப்போதும் உதவி செய்பவராகவும் மாறினார்.

07

முட்டாள் சாபுரோ

வெகுகாலத்துக்கு முன்பு, ஜப்பானில் இருந்த ஒரு தோட்டத்தில் சிறுவன் ஒருவன் வாழ்ந்தான். அவனது பெயர் சாபுரோ. எப்போதும் அவன் முட்டாள்தனமான காரியங்களைச் செய்ததால் மக்கள் அனைவரும் அவனை முட்டாள் சாபுரோ என்று அழைத்தார்கள். அவனால் ஒரு நேரத்தில் ஒரு விசயத்தைத்தான் நினைவில் வைத்திருக்க முடியும். எவ்வளவு முட்டாள்தனமானதாக இருந்தாலும் அந்த ஒரு காரியத்தைத்தான் செய்வான். அவனை நினைத்து அவனது அம்மாவும் அப்பாவும் மிகவும் கவலைப்பட்டார்கள். அவன் பெரியவனாகும்போது எல்லாம் சரியாகிவிடும் என நம்பினார்கள். தம் மகன் மீது எப்போதும் அதீத பொறுமையுடன் இருந்தார்கள்.

ஒருநாள், சாபுரோவின் தந்தை தம் மகனிடம், "சாபுரோ இன்று வயலில் உன்

உதவி தேவைப்படுகிறது. தயவுசெய்து உருளைக்கிழங்கு பாத்திக்குச் சென்று கிழங்குகளைத் தோண்டி எடு. எடுத்த பிறகு, கவனமாக தரையில் பரப்பி வைத்துவிட்டு வா. சூரிய ஒளியில் அது காயட்டும்" என்றார்.

"எனக்குப் புரிகிறது தந்தையே" என்று சொன்ன சாபுரோ, தன் தோளில் மண்வெட்டியை மாட்டிக்கொண்டு உருளைக்கிழங்கு பாத்திக்குச் சென்றான்.

உருளைக்கிழங்கைத் தோண்டி எடுப்பதில் சாபுரோ மிகவும் பரபரப்பாக வேலை செய்தான். அப்போது, பூமிக்குள் புதைந்து கிடந்த ஏதோ ஒன்றின் மீது மண்வெட்டி பட்டது. இன்னும் ஆழமாக தோண்டியபோது ஒரு பெரிய பானை புதைந்திருப்பதைக் கண்டான். உள்ளே நிறைய தங்கக் காசுகள் இருப்பதைப் பார்த்தான். வெகுகாலத்துக்கு முன்பு யாரோ புதைத்து வைத்த மிகப் பெரிய பொக்கிஷம் அது.

"அப்பா சொல்லியிருக்கிறார், முதலில் தோண்டி எடுக்க வேண்டும் பிறகு அதை சூரிய ஒளியில் காய வைக்க வேண்டும்" சாபுரோ தனக்குள்ளே சொல்லிக்கொண்டான்.

மிகவும் கவனமாகத் தங்கக் காசுகளை தரையில் பரப்பி வைத்தான். வீட்டுக்குத் திரும்பியதும் தன் அம்மாவிடமும் அப்பாவிடமும் சொன்னான், "ஒரு பானை நிறைய தங்கக் காசுகள் கிடைத்தன. சூரிய ஒளியில் காய்வதற்காக அதை விரித்து வைத்துள்ளேன்."

இதைக் கேட்ட சாபுரோவின் அப்பாவும் அம்மாவும் மிகவும் ஆச்சரியப்பட்டார்கள். உருளைக்கிழங்கு பாத்திக்கு விரைந்து ஓடினார்கள். ஆனால், அதற்குள் அனைத்து காசுகளையும் யாரோ எடுத்துச் சென்றுவிட்டார்கள். ஒரு நாணயம்கூட அங்கே

இல்லை. சாபுரோவின் அப்பா சொன்னார், "அடுத்த முறை இதுபோல் ஏதாவது கிடைத்தால் மிகவும் கவனமாக துணியால் சுற்றி வீட்டுக்குக் கொண்டுவர வேண்டும். மறக்கக்கூடாது சரியா?"

"எனக்குப் புரிகிறது அப்பா" என்றான் சாபுரோ.

மறுநாள், நாற்றமடிக்கும் பூனைக்குட்டி ஒன்றை நிலத்தில் பார்த்தான் சாபுரோ. மிகவும் பத்திரமாக அதைத் துணியில் சுற்றி வீட்டுக்குக் கொண்டு சென்றான். அப்பா சொன்னதை நினைவில் வைத்திருந்ததை நினைத்து பெருமிதம் கொண்டான். சாபுரோவின் அப்பா, "முட்டாளாக இருக்காதே! அடுத்தமுறை இதுபோன்று ஏதாவதொன்று கிடைத்தென்றால், ஆற்று நீரில் முதலில் கழுவ வேண்டும்" என்று சொன்னார்.

மறுநாள் தோண்டும்போது பெரிய மரத்தின் அடிப்பகுதி கிடைத்தது. கஷ்டப்பட்டு யோசித்து, நாற்றமடிக்கும் பூனையைப் பற்றி தந்தை என்ன சொன்னார் என்பதை நினைவுக்குக் கொண்டு வந்தான். மரத்தின் அடிப்பகுதியைத் தூக்கிச் சென்று ஆர்ப்பரித்து ஓடும் நீரில் போட்டான்.

அப்போது அவ்வழியாகச் சென்ற ஒருவர், "மதிப்புமிக்க பொருட்களை இதுபோல நீ தூக்கி வீசக் கூடாது. மரத்தின் அடிப்பகுதியை உடைத்து துண்டுதுண்டாக்கி வீட்டுக்கு எடுத்துச் சென்றிருக்க வேண்டும். விறகுக்கு பயன்பட்டிருக்கும்" என்றார்.

"எனக்குப் புரிகிறது" என்று சொன்ன சாபுரோ வீட்டுக்குத் திரும்பி செல்லத் தொடங்கினான். வழியில், அழகான தேநீர்கெண்டி மற்றும் தேநீர் குவளையைப் பார்த்தான். யாரோ சாலை அருகில் மறந்து வைத்துவிட்டார்கள்.

"ஆகா! மதிப்புமிக்க பொருள் ஏதோ இங்கே இருக்கிறதே!" என்று சொன்ன சாபுரோ, மண்வெட்டியை எடுத்து தேநீர்கெண்டியையும் குவளையையும் சிறுசிறு துண்டுகளாக உடைத்தான். அனைத்தையும் சேகரித்து வீட்டுக்குக் கொண்டு சென்றான்.

"அம்மா, நான் என்ன கொண்டு வந்திருக்கிறேன் பாருங்கள்" என்று சொல்லி, உடைந்த தேநீர்கெண்டி மற்றும் தேநீர் குவளையின் துண்டுகளைக் காட்டினான்.

"அட கொடுமையே!" என்ற அம்மா, "தேநீர்கெண்டியும் தேநீர் குவளையும் புத்தம் புதியது. மதிய உணவோடு எடுத்துச் செல்ல உன் அப்பாவுக்கு நான் கொடுத்தேன். சுக்குநூறாக உடைத்துவிட்டாயே" என்றார்.

மறுநாள் சாபுரோவின் அம்மாவும் அப்பாவும் அவனிடம், "நீ செய்கிற எல்லாவற்றையும் தவறாகவே செய்கிறாய். இன்று வயலுக்குப் போய் நாங்கள் வேலை செய்கிறோம். நீ இருந்து வீட்டைப் பார்த்துக்கொள்" என்று சொல்லி அவனை வீட்டில் தனியாக விட்டுச் சென்றார்கள்.

"என்ன செய்ய வேண்டும் என்று மக்கள் சொல்கிறார்களோ, அதை அப்படியே நான் செய்கிறேன். ஆனாலும் ஏன் என்னை எல்லாரும் முட்டாள் சாபுரோ என அழைக்கிறார்கள் என்பது புரியவே இல்லை" என்று தனக்குத்தானே சாபுரோ சொல்லிக்கொண்டான்.

08

பல்குச்சி போர் வீரர்கள்

வெகுகாலத்துக்கு முன்பு அழகான இளவரசி ஒருவர் வாழ்ந்தார். அவரிடம் மிகவும் மோசமான பழக்கம் ஒன்று இருந்தது. ஒவ்வொரு நாள் இரவிலும் தூங்குவதற்கு முன்பாக படுக்கையில் படுத்து பல்குச்சியால் பல் குத்துவார். அது தவறு அல்ல, ஆனால், பல் குத்திய குச்சியை குப்பைக் கூடையில் போடுவதற்குப் பதிலாக தான் படுத்திருக்கிற கோரைப் பாயின் இடுக்குகளில் குத்தி வைப்பார். இது சுத்தமான பழக்கம் இல்லைதானே! இளவரசி தினந்தோறும் இப்படிச் செய்ததால், விரைவிலேயே பாயின் இடுக்குகளில் எண்ணற்ற பல் குச்சிகள் சேர்ந்துவிட்டன.

ஒருநாள் இரவில் யாரோ சண்டை போடுகிற சத்தம் கேட்டு திடீரென்று இளவரசி கண் விழித்தார். போர் வீரர்களின் சத்தமும் வாள்களின் பேரோசையும் கேட்டது.

பயந்துபோன இளவரசி எழுந்து படுக்கைக்கு அருகில் இருந்த விளக்கை ஏற்றினார். அவர் பார்த்த காட்சியை அவராலேயே நம்ம முடியவில்லை.

இளவரசியின் படுக்கைக்கு வலது புறத்தில் எண்ணற்ற குட்டி போர் வீரர்கள் இருந்தார்கள். சிலர் போரிட்டார்கள், சிலர் பாடல் பாடினார்கள், சிலர் நடனம் ஆடினார்கள். ஆனால், எல்லாருமே பெரும் சத்தம்போட்டுக்கொண்டிருந்தார்கள்.

தான் கனவு காண்பதாக இளவரசி நினைத்தார். தன்னையே கிள்ளிப் பார்த்தார். ஆனால், இல்லை, அவர் விழித்துதான் இருந்தார். குட்டி போர் வீரர்கள் அங்கேதான் இருந்தார்கள். வீரர்கள் இளவரசியை

காயப்படுத்தவில்லையென்றாலும் அவர்கள் எழுப்பிய சத்தத்தால் இளவரசியால் தூங்கவே முடியவில்லை. எப்படியோ ஒருவழியாக தூங்கி விழுந்து, திடீரென்று விழித்தபோது சத்தம் ஏதுமில்லாமல் அமைதி நிலவியது. விடிந்துவிட்டது. வீரர்கள் போய்விட்டார்கள்.

இளவரசி மிகவும் பயந்தார். அரசரிடம், அதாவது தன் அப்பாவிடம் சொல்லவும் வெட்கமாக இருந்தது. ஏனென்றால், தன் தந்தை நம்பமாட்டார் என நினைத்தார் இளவரசி. இருந்தாலும், மறுநாள் இளவரசி தூங்கச் சென்றபோது அந்தப் போர் வீரர்கள் மறுபடியும் வந்தார்கள். இது ஒவ்வொரு நாளும் தொடர்ந்தது.

குட்டி வீரர்கள் தினந்தோறும் அதிக சத்தம் எழுப்பியதால் இளவரசியால் சிறிதுகூட தூங்க முடியவில்லை. முகமெல்லாம் வெளிறியது. தூங்காததால் விரைவிலேயே நோயுற்றார்.

"என்னதான் ஆச்சு?" என்று இளவரசியின் தந்தை தொடர்ந்து கேட்டுக்கொண்டே இருந்தார். கடைசியில், அவரிடம் இளவரசி சொன்னார். இளவரசி சொன்னதை தொடக்கத்தில் தந்தை நம்பவில்லை. ஆனாலும், தானே பார்க்க முடிவெடுத்தார். "என்னுடைய

அறையில் நீ தூங்கு உன்னுடைய அறையில் நான் விழித்திருக்கிறேன்" என்று மகளிடம் சொன்னார்.

சொன்னதுபோலவே செய்தார். இரவு முழுவதும் விழித்திருந்து காத்திருந்தாலும் வீரர்கள் யாரும் வரவேயில்லை.

காத்திருந்தபோது, கோரைப் பாயில் பல்குச்சிகள் இருந்தை தந்தை கவனித்தார். அதைப் பிடுங்கி எடுத்து, மிகவும் கவனமாகப் பார்த்தார். மறுநாள் காலையில் இளவரசியை அழைத்தார்.

ஒரு பல்குச்சியை இளவரசியிடம் காட்டினார். குச்சி முழுவதும் கணு கணுவாக வெட்டு இருந்தது. மிகவும் சிறிதாக இருந்தால் இளவரசியால் பார்க்க இயலவில்லை. அந்த வெட்டுக்கு என்ன பொருள் என்று தந்தையிடம் கேட்டார். பயன்படுத்திய இந்த பல் குச்சிகளால்தான், குட்டி வீரர்கள் இளவரசியின் அறைக்கு வந்ததாக தந்தை சொன்னார். "வீரர்களுக்கென்று சொந்தமாக வாள்கள் இல்லை. பல் குச்சிகள் சிறந்த வாள்களாக இருந்தால், ஒவ்வொரு நாளும் இளவரசியின் அறைக்கு வந்தார்கள்" என விளக்கினார்.

"நேற்று இரவு நான் அந்த அறையில் இருந்தால் வீரர்கள் வரவில்லை. ஏனென்றால், என்னைக் கண்டு அவர்களுக்கு அச்சம்". தன் மகளை உற்றுப் பார்த்த தந்தை, "ஏன் அறையில் இவ்வளவு பல்குச்சிகள் இருக்கின்றன?" என்று கேட்டார்.

தன் பழக்கத்தை நினைத்து வெட்கப்பட்ட இளவரசி, பல் குத்தியதும் எழுந்து சென்று குச்சியை குப்பைத் தொட்டியில் போடுவதற்கு சோம்பேறித்தனப்பட்டு, கோரைப் பாயின் இடுக்குகளில் செருகி வைத்ததாகச் சொன்னார். மிகவும் மனம் வருந்தி மன்னிப்பு கேட்டதுடன், "இனி ஒருபோதும் இதுபோல

சோம்பேறியாக இருக்க மாட்டேன்” என உறுதியளித்தார்.

பாயில் இருந்த அனைத்து பல்குச்சிகளையும், பாயின் அடியில் சொருகி வைத்திருந்த குச்சிகளையும் பிடுங்கி இளவரசி தூர எறிந்தார். அன்றைய இரவு வீரர்கள் யாரும் வரவில்லை. ஏனென்றால் அவர்களுக்குத் தேவையான சிறிய வாள் அங்கு இல்லை. அதன்பிறகும் அவர்கள் வரவே இல்லை.

வீரர்கள் வந்து தூக்கத்தைக் குலைக்காததால், விரைவிலேயே இளவரசி உடல் நலம் தேறினார். எல்லாவற்றிலும் சுத்தமானவராக மாறினார். தினந்தோறும் தோட்டத்தைச் சுத்தம் செய்து தன் தந்தையை மகிழ்ச்சிப்படுத்தினார். குட்டி வீரர்களை இளவரசி ஒருபோதும் மறக்கவேயில்லை. மறுமுறை எப்பொழுதெல்லாம் பல்குச்சி பயன்படுத்தினாரோ, அப்பொழுதெல்லாம் கவனமாக குப்பைக் கூடையில் போட்டார்.

09

பிசுபிசுப்பான தேவதாரு

முன்பொரு காலத்தில், ஓர் இளம் விறகுவெட்டி ஜப்பானில் வாழ்ந்தார். மிகவும் ஏழையாக இருந்தாலும் கனிவு மிக்கவராக விளங்கினார். எப்பொழுதெல்லாம் விறகு சேகரிக்கச் சென்றாரோ அப்பொழுதெல்லாம் உயிருள்ள மரங்களின் கிளைகளை அவர் ஒடித்ததே இல்லை. மாறாக, தரையில் காய்ந்து கிடந்த கிளைகளை மட்டுமே சேகரித்தார்.

ஒரு மரத்தின் கிளைகளை ஒடித்தால் என்ன நடக்கும் என்பது கனிவான விறகுவெட்டிக்குத் தெரியும். கிளையை ஒடித்தவுடன் மரத்தின் இரத்தம் போன்ற உயிர்ச்சாறு சொட்டுச் சொட்டாக வடியும். அதைப் பார்ப்பதற்கு, மரம் இரத்தம் சிந்துவதுபோலவே இருக்கும்.

எந்த மரத்தையும் காயப்படுத்த விரும்பாததால், மரங்களின் எந்தவொரு

கிளையையும் விறகுவெட்டி ஒருபோதும் ஒடித்ததே இல்லை.

ஒருநாள், உயரமான தேவதாரு மரத்தின் கீழே விறகுவெட்டி விறகு தேடிக்கொண்டிருந்தபோது யாரோ பேசும் குரல் கேட்டது:

"பிசு பிசுப்பாக உள்ளது என் உயிர்ச்சாறு,

ஏனென்றால் என் மென்மையான கிளைகள் ஒடிக்கப்பட்டன."

விறகுவெட்டி சுற்றிலும் பார்த்தார். தேவதாரு மரத்தின் மூன்று கிளைகளை யாரோ ஒடித்திருந்தார்கள். அதனால், உயிர்ச்சாறு வழிந்தோடுகிறது என்பதை அறிந்தார்.

பின்வருமாறு சொல்லிக்கொண்டே, கிளைகள் முறிந்த இடத்தை தன் திறமையால் சீர்படுத்தினார் விறகுவெட்டி:

"தற்போது இந்த மென்மையான கிளைகளில் நான் கட்டுப்போடுகிறேன், இப்படிச் செய்வதன் வழியாக உயிர்ச்சாறு வடிவதை நான் நிறுத்துவேன்."

தன் ஆடையைக் கிழித்துக் கட்டுப் போட்டார். கட்டுப்போட்ட சிறிது நேரத்திலேயே எண்ணற்ற தங்கமும் வெள்ளியும் மரத்திலிருந்து விழுந்தன. எல்லாமே நாணயங்கள். விறகுவெட்டியால், அவர் கண்ணை அவராலேயே நம்பமுடியவில்லை. நிமிர்ந்து தேவதாரு மரத்தைப் பார்த்து நன்றி சொன்னார். அனைத்து நாணயங்களையும் சேகரித்துக்கொண்டு வீட்டுக்குத் திரும்பினார்.

கனிவான விறகுவெட்டியிடம் எண்ணற்ற தங்கம் மற்றும் வெள்ளி நாணயங்கள் இருந்தன. தான்

செல்வந்தராக இருக்கிறோம் என்பதை அவரும் உணர்ந்திருந்தார். ஜப்பானில் தேவதாரு மரங்கள் வளமையின் அடையாளங்கள் ஆகும். அதனால்தான், தேவதாரு மரம் விறகுவெட்டியின் நற்பண்புக்கு நன்றி பரிசளித்துள்ளது.

அப்போது, விறகுவெட்டியின் வீட்டு ஜன்னலில் ஒரு முகம் தெரிந்தது. அது, மற்றொரு விறகுவெட்டியின் முகம். அவர் நல்லவருமல்ல, கனிவானவருமல்ல. உண்மையில், தேவதாரு மரத்திலிருந்து கிளைகளை ஒடித்தவர் அவர்தான். நாணயங்களைப் பார்த்த அவர், "பார், நாணயங்கள் எவ்வளவு நன்றாக ஒளிர்கின்றன. எங்கிருந்து இந்த நாணயங்கள் உனக்குக் கிடைத்தன?" என்று கேட்டார்.

வந்தவர் பார்க்குமாறு நாணயங்களைக் காட்டினார் கனிவான விறகுவெட்டி. ஜப்பானில்

பயன்படுத்துவதுபோல நாணயங்கள் நீள்வட்டமாகவும், ஐந்து பெட்டிகள் நிறையவும் இருந்ததைக் காட்டினார். தனக்கு நாணயங்கள் எப்படி கிடைத்தன என்பதையும் இழிவான விறகுவெட்டியிடம் சொன்னார்.

"அந்த, பெரிய தேவதாரு மரத்திலிருந்தா?" இழிவானவர் கேட்டார்.

"ஆமாம், அந்த மரம்தான்"

"ஓஓ!" என்று சொன்ன இழிவான விறகுவெட்டி, தனக்கும் சிறிது நாணயங்கள் கிடைக்கும் என்கிற ஆசையில் முடிந்தமட்டும் விரைவாக ஓடினார்.

பழமையான தேவதாரு மரத்தருகே சென்றதும் மரம் சொன்னது:

"பிசு பிசுப்பாக உள்ளது என் இரத்தம்.

என்னைத் தொடு, வெள்ளம் வரும்."

"ஆகா! நான் விரும்பியது அதுதான்," என்று சொன்ன இழிவான விறகுவெட்டி, "வெள்ளம்போல தங்கமும் வெள்ளியும்" என சொல்லிக்கொண்டே மற்றொரு கிளையை ஓடித்தார். தேவதாரு மரம் திடீரென அவர் மீது, தங்கமும் வெள்ளியுமல்ல, மாறாக பிசுபிசுப்பான உயிர்சாற்றை ஊற்றியது.

உயிர்ச்சாறு இழிவான விறகுவெட்டியை மூழ்கடித்தது. அவரது தலைமுடி, கைகள், கால்கள் அனைத்தையும் மூடியது. அதிகம் பிசுபிசுப்பாக இருந்ததால் அவரால் அசையக்கூட முடியவில்லை. உதவிக்காக கூக்குரலிட்டாலும் யாருக்குமே கேட்கவில்லை. அவர் ஒடித்த ஒரு கிளைக்கு ஒரு நாள் வீதம் மூன்று நாட்கள் அங்கேயே இருக்க வேண்டியிருந்தது. உயிர்ச்சாறு இளகியவுடன் கால்களைத் தரையில் இழுத்துக்கொண்டே வீட்டுக்குச் சென்றார்.

அதன்பிறகு, உயிரோடு உள்ள எந்த மரத்தின் கிளையையும் அவர் வெட்டவே இல்லை.

10

சிலந்தி நெசவாளர்

வெகுகாலத்துக்கு முன்னர் யாசகு என்னும் இளம் விவசாயி வாழ்ந்தார். ஒருநாள் நிலத்தில் வேலை செய்தபோது பாம்பு ஒன்று சிலந்தியை விழுங்கத் தயாராக இருப்பதைக் கவனித்தார். சிலந்தியின் மீது பரிதாபப்பட்ட விவசாயி, பாம்பின் மீது தன் மண்வெட்டியை வீசி எறிந்து விரட்டினார்.

புல்வெளிக்குள் சிலந்தி சென்று மறைந்தது. ஆனால், முதலில் ஒரு நொடி நின்று யாசகுவைப் பார்த்து வணங்கி நன்றி சொன்னது போலத் தோன்றியது.

சிறிது நாட்களுக்குப் பிறகு, யாசகு வீட்டினுள் இருக்கும்போது யாரோ, "யாசகு, யாசகு!" என்று அழைப்பது கேட்டது. கதவைத் திறந்தவர், அழகான ஒரு பெண் அங்கே நிற்பதைக் கண்டார்.

"துணி நெசவு செய்யும் நெசவாளர் ஒருவரை நீங்கள் தேடிக்கொண்டிருப்பதாக கேள்விப்பட்டேன். நான் இங்கு தங்கி உங்களுக்கு துணி நெய்து தரட்டுமா?" என்று அப்பெண் கேட்டார்.

யாசகு மகிழ்ந்தார். உண்மையிலேயே, யாராவது வந்து உதவி செய்ய மாட்டார்களா என்று அவர் காத்திருந்தார். துணி நெசவு செய்யும் அறையை யாசகு காட்டினார். அப்பெண் பருத்தியுடன் தறியில் வேலை செய்யத் தொடங்கினார்.

அந்தப் பெண் எப்படி வேலை செய்திருக்கிறார் என பார்ப்பதற்காக மாலையில் யாசகு அறைக்குள் சென்றார். எட்டு கிமோனோவைத் தயாரிக்கும்

அளவுக்கு எட்டு நீளமான துணிகளை நெய்திருப்பதைக் கண்டு மிகவும் ஆச்சர்யப்பட்டார். ஒரே நாளில் இத்தனை துணிகளை நெய்கிற ஒருவரை இதற்கு முன்பாக யாசகு கேள்விப்பட்டதே இல்லை.

"எப்படி ஒரே நாளில் இவ்வளவு துணிகளை நீ நெய்தாய்" என்று அப்பெண்ணிடம் கேட்டார்.

அவருக்குப் பதில் சொல்வதற்குப் பதிலாக, "நீங்கள் அதைக் கேட்கக்கூடாது. மேலும், நான் வேலை செய்யும்போது நீங்கள் ஒருபோதும் உள்ளே வரக்கூடாது" என்றார் அப்பெண்.

ஆனாலும் யாசகு ரொம்ப ஆர்வமாக இருந்தார். எனவே, மெல்ல சத்தமில்லாமல் நெசவு நெய்யும் அறைக்குச் சென்று ஜன்னல் வழியாகப் பார்த்தார். ஆச்சர்யத்தில் வாயடைத்துப் போனார். தறியில்

அமர்ந்திருந்தது பெண் அல்ல. மாறாக, சிலந்தி. தன்னுடைய எட்டு கால்களைப் பயன்படுத்தி சிலந்தி நெய்துகொண்டிருந்தது. நூலுக்காக, தன் வாயில் இருந்து வந்த சிலந்திவலையைப் பயன்படுத்தியது.

யாசகு மீண்டும் பார்த்தார். பாம்பிடம் இருந்து அவர் காப்பாற்றிய அதே சிலந்திதான் இது என்பதை அறிந்தார். அவருக்குப் புரிந்தது. 'மிகவும் நன்றியுள்ள சிலந்தி, எனக்கு ஏதாவது உதவி செய்யலாம் என நினைத்துள்ளது. எனவே, அழகான இளம் பெண் உருவத்தில் துணி நெய்து உதவி செய்ய வந்துள்ளது. நெசவு அறையில் இருந்த பஞ்சைத் தின்று, அதை நூலாகச் சுற்றி, மிக வேகமாக துணி நெய்கிறது'.

சிலந்தியின் உதவிக்கு மிகவும் நன்றியுள்ளவராக மாறினார் யாசகு. பஞ்சு ஏறக்குறைய தீரப்போவதைக் கண்ட யாசகு, கூடுதலாக பஞ்சு வாங்குவதற்காக மறுநாள் காலை மலைக்கு அந்தப்பக்கம் உள்ள கிராமத்துக்குச் சென்றார். பெரிய பஞ்சு மூட்டை வாங்கி முதுகில் சுமந்து ஊருக்குத் திரும்பினார்.

திரும்பி வருகையில் ஒரு கொடுமை நிகழ்ந்தது. யாசகு ஓய்வுக்காக உட்கார்ந்தபோது, ஏற்கெனவே சிலந்தியைக் காப்பாற்றுவதற்காக இவர் விரட்டிய அதே பாம்பு வந்து பஞ்சு மூட்டைக்குள் ஏறியது. யாசகு இதைக் கவனிக்கவில்லை. மூட்டையை சுமந்துவந்து பெண்ணிடம் கொடுத்தார்.

மீதம் இருந்த அனைத்து பஞ்சும் ஏற்கெனவே முடிந்துவிட்டதால், புதிதாக பஞ்சு வந்ததும் மகிழ்ச்சியடைந்த பெண், அதைப் பெற்றுக்கொண்டு நெசவு அறைக்குள் சென்றாள்.

நெசவு அறைக்குச் சென்றவுடன் மறுபடியும் சிலந்தியாக தோற்றம் மாறி, நூல் உருவாக்குவதற்காக

பஞ்சினை தின்னத் தொடங்கினார். சிலந்தி சாப்பிட்டு சாப்பிட்டு அடிப்பகுதிக்குச் சென்றபோது, பஞ்சில் இருந்து அவருக்கு முன்பாக பாம்பு குதித்தது.

சிலந்தியை விழுங்க பாம்பு தன் வாயை அகல விரித்தது. மிகவும் பயந்த சிலந்தி உடனடியாக ஜன்னல் வழியாக குதித்து வெளியேறியது. பாம்பு அதன் பின்னால் நெளிந்து விரட்டியது. நிறைய பஞ்சு

சாப்பிட்டதால் சிலந்தியால் வேகமாக ஓட முடியவில்லை. பாம்பு விரைவில் பிடிக்கத் தயாரானது. சிலந்தியை விழுங்குவதற்காக மீண்டும் பாம்பு வாயைத் திறந்தது. அப்போதுதான் ஓர் அதிசயம் நடந்தது.

மேலே வானத்தில் இருந்த வயதான சூரிய மனிதர் நடக்கின்ற அனைத்தையும் பார்த்துக்கொண்டிருந்தார். யாசகுவிடம் சிலந்தி எவ்வளவு அன்பாக இருந்தது என்பதை அவர் அறிந்திருந்தார். மேலும், சிலந்திக்காக வருத்தப்பட்டார். எனவே, சூரிய ஒளியோடு கீழே இறங்கி சிலந்தியின் வாயிலிருந்து வெளியே ஒட்டிக்கொண்டிருந்த சிலந்திவலையின் நுனியைப் பிடித்து உயரே வானத்துக்கு தூக்கினார். பாம்பினால் சிலந்தியைத் தொட இயலவில்லை.

பாம்பிடமிருந்து தன்னைக் காப்பாற்றிய வயதான சூரிய மனிதனுக்கு மிகவும் நன்றிக்கடன்பட்ட சிலந்தி, தன் உடலில் இருந்த அனைத்து பஞ்சையும் பயன்படுத்தி எண்ணற்ற அழகான மெல்லிய மேகங்களை நெசவு செய்தது.

மேகங்கள் பருத்தியைப் போல மென்மையாகவும், வெண்மையாகவும் இருப்பதற்கான காரணம் இதுதான் என்று ஜப்பானியர் சொல்கிறார்கள். சிலந்தி மற்றும் மேகம் இரண்டையும் குமோ (Kumo) என்னும் ஒரே பெயரில் அவர்கள் அழைக்கிறார்கள்.

11

சிறிய ஓர் அங்குலம்

ஒரு காலத்தில், குழந்தை இல்லாத அன்பான கணவரும் மனைவியும் வாழ்ந்தார்கள். ஒருநாள் கோவிலுக்குச் சென்று, "தயவுசெய்து எங்களுக்கு ஒரு குழந்தை தாரும். எங்களுக்கு அவசியம் ஒரு குழந்தை வேண்டும்" என மன்றாடினார்கள்.

கோவிலில் இருந்து வீட்டுக்குத் திரும்பிக்கொண்டிருந்தபோது புதருக்குள் இருந்து குழந்தையின் மெல்லிய அழுகுரலைக் கேட்டார்கள். புதருக்குள் பார்த்தபோது, அழகான சிவப்பு போர்வையில் சுற்றப்பட்ட மிகச் சிறிய ஆண் குழந்தை ஒன்றை அங்கே கண்டார்கள். "நம் மன்றாட்டின் பயனாக, இக்குழந்தை வந்துள்ளது" என்றார்கள். குழந்தையை தங்கள் வீட்டுக்கு எடுத்துச் சென்று, தங்கள் சொந்த பிள்ளைப்போலவே வளர்த்தார்கள்.

அந்தச் சிறுவன் எவ்வளவு குட்டையாக இருந்தான் என்றால், உங்கள் கட்டை விரல் அளவுகூட அவனது உயரம் இல்லை. பெரியவன் ஆனபிறகும்கூட அதே அளவுதான் இருந்தான். ஓர் அங்குலம் உயரம்தான். எனவே 'சிறிய ஓர் அங்குலம்' என அவனுக்குப் பெயர் வைத்தார்கள்.

வளர்ந்த பிறகு, ஒருநாள் தன் பெற்றோரிடம் சென்ற, 'சிறிய ஓர் அங்குலம்', "என்னை மிகவும் நன்றாகப் பார்த்துக்கொண்டதற்காக மிக்க நன்றி. ஆனால், நான் இப்போது வெளி உலகத்துக்குள் சென்று எனக்கான செல்வத்தைச் சேகரிக்க வேண்டும்" என்றார்.

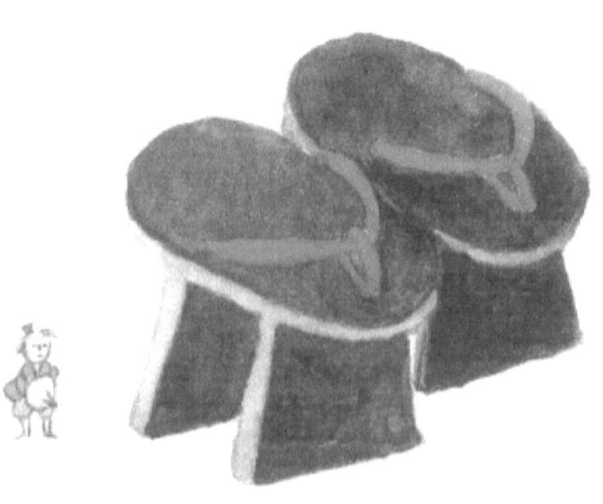

அவர் மிகவும் குட்டையாக இருக்கும் காரணத்தைச் சொல்லி வெளியே போக விடாமல் தடுக்க முயன்றார்கள். ஆனால், 'சிறிய ஓர் அங்குலம்' வலியுறுத்தியதால், "சரி, நீ கிளம்புதற்கு தேவையானதை நாங்கள் தயார் செய்கிறோம்" என்றார்கள். வாள்போல பயன்படுத்த ஊசி, படகுபோல் பயன்படுத்த உணவு குவளை, துடுப்பாக பயன்படுத்த ஒரு ஜோடி குச்சிகள் கொடுத்தார்கள்.

'சிறிய ஓர் அங்குலம்' படகில் அமர்ந்து பெற்றோருக்கு டாட்டா காட்டினார். "செல்வம் சேகரித்ததும் விரைவில் திரும்பி வருகிறேன்" என உறுதிகொடுத்தார். உணவு குவளை படகில் அமர்ந்து, ஒரு ஜோடி குச்சியால் துடுப்பு போட்டபடி ஆற்றில் பயணித்தார்.

மிதந்தபடி வெகுதூரம் பயணித்த 'சிறிய ஓர் அங்குலத்தின்' படகு, எதிர்பாராதவிதமாக ஒரு தவளை மோதியதால் கவிழ்ந்தது. 'சிறிய ஓர் அங்குலம்' நன்றாக நீச்சலடிப்பவர் என்பதால், நீந்தி ஆற்றங்கரைக்குச் சென்றார். அங்கே, அரசர் ஒருவரின் வீட்டுக்கு முன்பாக தான் நிற்பதைக் கண்டார்.

வீட்டைப் பார்த்த 'சிறிய ஓர் அங்குலம்', கண்டிப்பாக இது பெரும் செல்வந்தரின் வீடாக இருக்கும் என நினைத்தார். மிகவும் துணிச்சலாக முன்னோக்கி தலைவாசல் கதவவருகே சென்று கூப்பிட்டார். ஒரு பணியாளர் கதவருகில் வந்தார். யாரையும் அவரால் பார்க்க முடியவில்லை.

"நான் இங்கே கீழே இருக்கிறேன். கீழே பாருங்கள்" என்று 'சிறிய ஓர் அங்குலம்' கத்தினார்.

பணியாளர் குனிந்து கீழே பார்த்தார். வெளியில் நடப்பதற்காக அரசர் பயன்படுத்திய ஒரு ஜோடி செருப்பைத்தான் பணியாளரால் முதலில் பார்க்க

முடிந்தது. கூர்ந்து நோக்கியபோது, செருப்புக்கு அருகே, மிகவும் சிறிய உருவில் 'சிறிய ஒர் அங்குலம்' நிற்பதைக் கண்டார். ஆச்சர்யப்பட்ட பணியாளர் விரைந்து சென்று தம் தலைவரிடம் சொன்னார்.

வாசலுக்கு வந்த தலைவர், ஊசி-வாள் இடுப்பில் வைத்துக்கொண்டு பெருமையோடு நின்ற 'சிறிய ஒர் அங்குலத்தைக்' குனிந்து பார்த்தார். "சிறிய போர் வீரனே? இங்கே உனக்கு என்ன வேண்டும்?" என்று கேட்டார்.

"செல்வம் சேகரிப்பதற்காக நான் வந்துள்ளேன். என்னை நீங்கள் ஏற்றுக்கொண்டால், உங்களுடைய வீரர்களுள் ஒருவராக இருப்பேன். நான் குட்டையாக இருக்கலாம், ஆனால் அழகான இந்த வாளினால் என்னால் சண்டையிட முடியும்" என்றார்.

சிறுவன் ஒருவன் துணிச்சலாகப் பேசுவதைக் கேட்ட அரசர் வியந்தார். "சரி! நீ வந்து என்னுடைய மகள், அதாவது, இளவரசிக்கு விளையாட்டுத் தோழனாக இரு" என்றார்.

'சிறிய ஒர் அங்குலம்', இளவரசியின் தோழரானார். விரைவிலேயே இருவரும் நண்பர்களானார்கள். சேர்ந்து புத்தகங்கள் வாசிக்கவும், விளையாடவும்

தொடங்கினார்கள். 'சிறிய ஓர் அங்குலத்துக்காக' ஆபரணங்கள் வைக்கும் டப்பாவில் ஒரு கட்டில்கூட இளவரசி செய்தார்.

ஒருநாள், அரண்மனைக்கு அருகிலிருந்த கோவிலுக்கு இளவரசியும் 'சிறிய ஓர் அங்குலமும்' சென்றார்கள். திடீரென, பயங்கரமான பச்சை நிற பிசாசு மந்திர சுத்தியலுடன் தோன்றியது. இளவரசியைப் பார்த்ததும், அவரைத் தூக்கிச் செல்ல ஓடி வந்தது.

உடனே, தன் ஊசி-வாளை எடுத்த 'சிறிய ஓர் அங்குலம்' பச்சை நிற பிசாசின் கால் விரல்களில் குத்தத் தொடங்கினார். பிசாசின் தோல் மிகவும் வலுவாக இருந்ததால், சிறிய ஊசி-வாள் உள்ளே நுழையவில்லை. பிசாசு, இளவரசியை நெருங்கிச் செல்கையில், பிசாசின் உடலில் ஏறி அதன் கையின் மேலே சென்றார் 'சிறிய ஓர் அங்குலம்'. வாளை பிசாசின் மூக்கின் மீது வீசினார். கோபமடைந்த பிசாசு வாயை அகலத் திறந்து சத்தமாகக் கத்தியது.

அந்த நொடியில், பிசாசின் முகத்தில் குதித்து அமர்ந்த 'சிறிய ஓர் அங்குலம்', பிசாசின் மூக்கில் வாளினால் குத்தத் தொடங்கினார். பிசாசின் மூக்கு மிகவும் மென்மையாக இருந்ததால் நன்றாகவே காயப்படுத்தியது ஊசி. என்ன நடக்கிறது என்று ஆச்சர்யப்பட்ட பிசாசு, குதித்து, கத்திக்கொண்டு அங்கிருந்து ஓடியது. தன் மந்திர சுத்தியலைக்கூட போட்டுவிட்டு ஓடியது.

"மிக்க நன்றி, சிறிய ஓர் அங்குலம்" என்று சொல்லி சுத்தியலை எடுத்த இளவரசி, "நமக்குத் தேவையானதை நினைத்துக்கொண்டு இந்த சுத்தியலைக் குலுக்குவோம்" என்று சொன்னார். சுத்தியலைக் குலுக்கி "தயவுசெய்து, சிறிய ஓர் அங்குலம் வளரட்டும்" என்றார்.

ஆமாம், ஒவ்வொரு முறையும் இளவரசி சுத்தியலை குலுக்கியபோது 'சிறிய ஓர் அங்குலம்', ஓர் அங்குல உயரம் வளர்ந்தார். தன்னுடைய உயரம் வரும்வரை இளவரசி தொடர்ந்து குலுக்கினார். இருவரும் மகிழ்ந்தார்கள். 'சிறிய ஓர் அங்குலம்' செய்ததைக் கேட்ட அரசர் மிகவும் நன்றியுள்ளவராக இருந்தார்.

சில ஆண்டுகளுக்குப் பிறகு, சிறிய ஓர் அங்குலமும் இளவரசியும் திருமணம் செய்துகொண்டார்கள்; எந்நாளும் மகிழ்ச்சியாக வாழ்ந்தார்கள்.

12

வளைக்கரடியும் மந்திர விசிறியும்

ஜப்பானில் பூதங்களை டெங்கு என அழைப்பார்கள். பூதங்கள் அனைத்துக்கும் நீளமான மூக்குகள் இருக்கும். வெகுகாலத்துக்கு முன்பு, மூன்று டெங்கு குழந்தைகள் காட்டில் விளையாடினார்கள். அவர்களிடம் மந்திர விசிறி இருந்தது. விசிறியின் ஒரு பக்கத்தால் மூக்குகளில் விசிறும்போது மூக்கு நீளமாக... நீண்டு வளரும். விசிறியின் மறு பக்கத்தால் மூக்குகளில் விசிறும்போது மூக்கு சுருங்கி வழக்கமான அளவுக்கு வந்துவிடும்.

மூன்று டெங்கு குழந்தைகளும் தங்கள் மூக்குகளில் விசிறியால் விசிறி மகிழ்ச்சியாக இருந்தபோது, ஒரு வளைக்கரடி வந்து,

மூவரும் என்ன செய்கிறார்கள் என்று பார்த்தது. "எனக்கும் அந்தமாதிரி ஒரு விசிறி எப்படி கிடைக்கும்?" என தனக்குள்ளே சொன்னது. நல்ல தந்திரம் ஒன்றை யோசித்தது. வளைக்கரடிகள் எப்போதுமே தந்திரமாகச் செயல்படும். எந்த வடிவம் வேண்டுமென்றாலும் எடுக்கும்.

வளைக்கரடி அழகான சிறுமியின் வடிவம் எடுத்தது. நடுவில் பயிறுகளால் செய்யப்பட்ட ஜாம் இருக்கின்ற நான்கு ரொட்டிகளுடன் டெங்கு குழந்தைகளிடம் சென்றது.

"குழந்தைகளே! உங்களுக்காக சுவையான பயிறு-ஜாம் ரொட்டி கொண்டுவந்துள்ளேன். விளையாடுவதற்கு தயவு செய்து என்னையும் உங்களோடு சேர்த்துக்கொள்ளுங்கள்" என்றது.

டெங்கு குழந்தைகள் மிகவும் மகிழ்ச்சியடைந்தனர். ஏனென்றால், பயிறு-ஜாம் ரொட்டி சாப்பிட அவர்களுக்கு மிகவும் பிடிக்கும். ஆனால், அவர்கள் மூன்றுபேரும் பகிர்ந்துகொள்வதற்கு அங்கே நான்கு ரொட்டிகள் இருந்ததால், யாருக்கு அந்த கடைசி ரொட்டி என்பது குறித்து உடனடியாக வாக்குவாதம் செய்யத் தொடங்கினார்கள்.

இறுதியில் வளைக்கரடி சொன்னது, "நான்காவது ரொட்டி யாருக்கு என முடிவெடுக்கின்ற வழி எனக்குத் தெரியும். உங்கள் கண்களை மூடுங்கள். யார் ஒருவர் கண்களை மூடி, அதிக நேரம் மூச்சு பிடித்து நிற்கிறார்களோ, அவர்களுக்குத்தான் கடைசி ரொட்டி" என்றது.

டெங்கு குழந்தைகள் சம்மதித்தனர். வளைக்கரடி எண்ணியது, "ஒன்று, இரண்டு, மூன்று!" அவர்கள் கண்களை இறுக்க மூடினார்கள். அவர்கள் அப்படிச் செய்ததும், உடனடியாக மந்திர விசிறியை எடுத்துக்கொண்டு, கண்களை மூடி மூச்சை இறுக்கி நிறுத்தியிருந்த டெங்கு குழந்தைகளை அப்படியே காட்டில் விட்டுவிட்டு, முடிந்த அளவு வேகமாக வளைக்கரடி ஓடிவிட்டது.

"ஹா..ஹா" என்று சிரித்த வளைக்கரடி, "நான் உண்மையாகவே அந்த டெங்கு குழந்தைகளை முட்டாளாக்கிவிட்டேன்" என்று சொல்லிக்கொண்டு தன்வழியே சென்றது.

விரைவிலேயே ஒரு கோவிலுக்குச் சென்றது வளைக்கரடி. அங்கே, அழகான, விலையுயர்ந்த ஆடை அணிந்த பெண்ணைப் பார்த்தது. அப்பெண் நிச்சயமாக செல்வந்தருடைய மகளாகத்தான் இருப்பார் என நினைத்தது. உண்மைதான், அரசரான அந்தப் பெண்ணின் அப்பா, ஜப்பானிலேயே பெரிய பணக்காரராவார். வளைக்கரடி மெல்ல பெண்ணுடைய கால் விரல் நுனியின் பின்பக்கமாக ஊர்ந்து சென்றது. கண்ணிமைக்கும் நேரத்தில் பெண்ணின் மூக்கில் மந்திர விசிறியால் விசிறியது. உடனே, பெண்ணின் மூக்கு ஒரு மீட்டர் நீளம் வளர்ந்தது.

என்னே கொடுமை! அழகான பணக்கார பெண் ஒருமீட்டர் நீளமுள்ள மூக்குடன் இருக்கிறார்! நாட்டில் இருந்த எல்லா மருத்துவர்களையும் அவரின் அப்பா அழைத்தார். யாராலும் மூக்கை சிறியதாக்க இயலவில்லை. மருத்துவத்துக்கு நிறைய பணம் செலவு செய்தார். ஆனால் ஒரு பயனும் இல்லை. கடைசியில், விரக்தியோடு சொன்னார், "மகளின் மூக்கை மறுபடியும் சிறியதாக்குகிறவருக்கு, அவளையே திருமணம் செய்து கொடுப்பதுடன், என் செல்வத்தில் பாதியைக் கொடுக்கிறேன்"

இதைக் கேள்விப்பட்ட வளைக்கரடி, "இதற்குத்தான் நான் காத்துக்கொண்டிருந்தேன்" என்று சொன்னது. விரைவாக அரசரிடம் சென்று, மகளின் மூக்கை சரி செய்ய வந்திருப்பதாகச் சொன்னது. வளைக்கரடியை

தன் மகளின் அறைக்கு அழைத்துச் சென்றார் அரசர். மந்திர விசிறியை வெளியில் எடுத்த வளைக்கரடி, விசிறியின் மறுபக்கமாக மூக்கின் மீது விசிறியது. கண்ணிமைக்கும் நேரத்தில் பெண்ணின் மூக்கு சிறியதானது.

மிகவும் மகிழ்ந்த அரசர், திருமணத்துக்கான ஏற்பாடுகளைத் தொடங்கினார். வளைக்கரடியும்கூட மிகவும் மகிழ்ச்சியாக இருந்தது. ஏனென்றால், அழகான மனைவி மட்டுமல்ல நிறைய செல்வமும் கிடைக்கப்போகிறதல்லவா!

திருமண நாளன்று, அதீத மகிழ்ச்சியில் இருந்ததால் வளைக்கரடி நிறைய சாப்பிட்டது, குடித்தது எனவே உடல் சூடானது, தூக்கம் வந்தது. தலையணைகள் மீது படுத்து, கண்களை மூடி எதுவுமே யோசிக்காமல் மந்திர விசிறியால் விசிறத் தொடங்கியது. உடனடியாக, மூக்கு நீளமாக வளர ஆரம்பித்தது. அரை தூக்கத்தில் இருந்ததால், மூக்கு வளருவதே வளைக்கரடிக்குத் தெரியவில்லை. தொடர்ந்து விசிறிக்கொண்டே இருந்தது. மூக்கும் தொடர்ந்து நீளமாக வளர்ந்துகொண்டே இருந்தது. வீட்டின் கூரைக்குச் சென்று, அங்கிருந்து உயரே மேகங்களைத் துளைக்கும்வரை வானத்தை நோக்கிச் சென்றது.

அப்போது, சில விண்ணகப் பணியாளர்கள் பால்வீதியில் பாலம் அமைத்துக்கொண்டிருந்தார்கள். "அங்கே பார்" வளைக்கரடியின் மூக்கைச் சுட்டிக்காட்டி அவர்கள் கத்தினார்கள். "நம்முடைய பாலத்துக்கு அந்த கம்பு சரியான அளவாக இருக்கும். வா! அதை இழுப்போம்" என்றார்கள்.

அவர்கள், வளைக்கரடியின் மூக்கை இழுக்கத் தொடங்கினார்கள். வளைக்கரடி தூக்கத்திலிருந்து

விழித்து கத்தத் தொடங்கியது. "ஐயோ.. உதவி.. உதவி" எவ்வளவு முடியுமோ அவ்வளவு வேகமாக விசிறியின் மறுபக்கத்தால் விசிறத் தொடங்கியது. அது ரொம்பவே தாமதம். வானத்துக்கு வந்து சேரும்வரை, விண்ணகப் பணியாளர்கள் தொடர்ந்து சத்தம்போட்டு வளைக்கரடியை இழுத்துக் கொண்டிருந்தார்கள். அதன்பிறகு, வளைக்கரடியை யாருமே பார்க்கவில்லை.

13

என் அதிர்ஷ்ட வைக்கோல்!

வெகுகாலத்துக்கு முன்பு, ஷோபேய் என்கிற இரக்க மனமுடைய இளைஞர் ஒருவர் ஜப்பானில் உள்ள கிராமத்தில் வாழ்ந்தார்.

ஒருநாள், தன்னுடைய வயலில் வேலை செய்துவிட்டு வீட்டுக்குத் திரும்பி வந்துகொண்டிருந்தார். அவருடைய கிராமத்துக்குப் போகும் பாதையில் திடீரென தடுமாறி விழுந்தார். மறுபடியும் மறுபடியும் நிலத்தில் உருண்டார். உருளுவதை நிறுத்தியபோது, வைக்கோல் ஒன்றை கையில் எடுத்தார்.

"சரிதான், ஒற்றை வைக்கோல் எதற்கும் பயனில்லாததுதான். ஆனாலும், நான்தான் எடுக்க வேண்டும்போல தெரிகிறது. நான் இதை தூக்கி எறியப்போவதில்லை" என்றார்.

வைக்கோலை கையில் பிடித்தபடி ஷோபேய் நடந்தபோது, ஒரு தட்டான்பூச்சி வந்து அவருடைய தலையில் வட்டமடித்தது. "என்ன பூச்சி இது! என்னை தொந்தரவு செய்யக்கூடாது என்பதை இப்போது காட்டுகிறேன்" என்று சொல்லி, தட்டானைப் பிடித்து வைக்கோலினால் அதன் வாலில் கட்டினார்.

தட்டானை கையில் பிடித்தபடி ஷோபேய் நடந்து சென்றபோது, தன் மகனுடன் நடந்துவரும் ஒரு தாயைப் பார்த்தார். தட்டானைப் பார்த்தச் சிறுவன், அது வேண்டுமென்று மிகவும் ஆசைப்பட்டான். "அம்மா, எனக்கு அந்த தட்டான் வேண்டும்... பிளீஸ்.. பிளீஸ்..பிளீஸ்."

"தம்பி, இந்தா என்னுடைய தட்டானை நீ வைத்துக்கொள்ளலாம்!" சிறுவனிடம் தட்டானைக் கொடுத்தபடியே ஷோபேய் சொன்னார். நன்றி சொல்லும் விதமாக, சிறுவனின் அம்மா மூன்று ஆரஞ்சு பழங்களை ஷோபேய்க்கு கொடுத்தார். பெண்ணுக்கு நன்றி சொல்லிவிட்டு ஷோபேய் தன் வழியில் சென்றார்.

வெகுதூரம் செல்வதற்குள், சாலை ஓரத்தில் ஓய்வெடுத்துக்கொண்டிருந்த வியாபாரியை ஷோபேய் பார்த்தார். மிகவும் தண்ணீர் தாகத்துடன் இருந்த

வியாபாரி, மயக்கம் போட்டு விழும் நிலையில் இருந்தார். அருகில் தண்ணீர் ஏதும் இல்லாததால், வியாபாரியை குறித்து மிகவும் வருந்திய ஷோபேய், ஆரஞ்சு பழத்தின் சாற்றை அவர் குடிக்கலாம் என நினைத்து மூன்று ஆரஞ்சு பழங்களையும் வியாபாரிக்குக் கொடுத்தார்.

மிகவும் நன்றி உணர்வு மிகுந்தவராய், பழத்துக்குப் பதிலாக, தான் சந்தைக்கு கொண்டு சென்ற மூன்று துணிகளை ஷோபேய்க்கு கொடுத்தார் வியாபாரி. வியாபாரிக்கு நன்றி சொன்ன ஷோபேய் தன் வழியே சென்றார்.

ஷோபேய் தொடர்ந்து நடந்துகொண்டிருந்தபோது, நிறைய பணியாளர்களுடன் ஓர் அழகான வண்டியொன்று வருவதைப் பார்த்தார். நகரத்துக்குச் சென்றுகொண்டிருந்த இளவரசியின் வண்டி அது. வண்டிக்குள்ளிருந்து எதேச்சையாக வெளியே பார்த்த இளவரசி, ஷோபேய் கொண்டு சென்ற அழகான துணிகளைக் கண்டார். "ஆகா! என்னே அழகான துணிகள் உங்களிடம் உள்ளன. தயவுசெய்து எனக்குத் தாருங்களேன்!" என்றார் இளவரசி. ஷோபேய் தன்னிடம் இருந்த மூன்று துணிகளையும் இளவரசிக்குக் கொடுத்தார். நன்றி சொல்லும் விதமாக நாணயங்கள் இருந்த பெரிய பையை ஷோபேய்க்கு இளவரசி கொடுத்தார்.

அந்த நாணயங்களைப் பெற்று, நிறைய நிலங்களை ஷோபேய் வாங்கினார். அவருடைய கிராமத்தில் இருந்த மக்களுக்கு நிலங்களைப் பகிர்ந்து கொடுத்தார். இவ்வாறாக, ஒவ்வொருவருக்கும் சொந்தமாக சிறிது நிலம் கிடைத்தது. அவர்கள் அனைவரும் நிலத்தில் கடினமாக உழைத்தார்கள். கிராமத்தில் வளர்ச்சி ஏற்பட்டது. பலரும் புதிய வீடுகள் கட்டினார்கள். ஷோபேய் எடுத்த சிறு வைக்கோலால்தான் இவை அனைத்தும் நடந்தது என்பதை நினைத்தபோது, அவர்கள் ஒவ்வொருவரும் வியப்படைந்தார்கள்.

அந்தக் கிராமத்தில் மிகவும் முக்கியமான மனிதராக மாறினார் ஷோபேய். ஒவ்வொருவரும் ஷோபேயை மிகவும் மதித்தார்கள். அவர் உயிர் வாழ்ந்தவரை அனைவரும் அவரை திரு. அதிர்ஷ்ட வைக்கோல் என்றே அழைத்தார்கள்.

14

ஜெல்லி மீனுக்கு ஏன் எலும்புகள் இல்லை?

ஒருகாலத்தில், ஆழ்கடலின் அடியில், அரசரான பறவை நாகத்தின் அரண்மனையில் கடல்வாழ் உயிரினங்கள் அனைத்தும் - ஏறக்குறைய அனைத்து கடல்வாழ் உயிரினங்களும் - மகிழ்ச்சியாக வாழ்ந்தன. அரண்மனை மருத்துவரான ஆக்டோபசுக்கு ஜெல்லி மீனை கொஞ்சம்கூட பிடிக்கவில்லை. அந்த நாட்களில், மற்ற உயிரினங்களைப்போலவே ஜெல்லி மீனுக்கும் எலும்புகள் இருந்தன.

ஒருநாள், அரசர் பறவை நாகத்தின் மகள் நோயுற்றார். அவரைப் பார்க்க வந்த ஆக்டோபஸ், குரங்கின் கல்லீரலில் செய்யப்பட்ட மருந்தை சாப்பிடாவிட்டால்

இளவரசி இறந்துவிடுவார் என்று சொன்னார். "ஜெல்லி மீன் நன்றாக நீச்சலடிக்கும். எனவே, குரங்கின் கல்லீரலைக் கொண்டு வருமாறு அதை ஏன் அனுப்பக்கூடாது?" என்று அரசரிடம் ஆக்டோபஸ் சொன்னது.

ஜெல்லி மீனை அரசர் அழைத்தார். குரங்கின் கல்லீரலைக் கொண்டு வருமாறு அனுப்பினார். குரங்கைக் கண்டுபிடிப்பதே கஷ்டம் எனும்போது, குரங்கின் கல்லீரலைக் கண்டுபிடிப்பது எளிதல்லவே! பல நாட்களாக நீந்திய ஜெல்லி மீன், கடைசியாக ஒரு சிறிய தீவில், தண்ணீருக்குள் விழுந்துவிட்ட குரங்கைப் பார்த்தது.

"உதவி, உதவி!" நீந்த இயலாத குரங்கு கத்தியது.

"நான் உனக்கு உதவுகிறேன். ஆனால், இதற்கு ஈடாக நீ உன் கல்லீரலை எனக்குத் தருவதாக உறுதியளிக்க வேண்டும். அதை வைத்து, அரசர் பறவை நாகத்தின் மகளுக்கு மருந்து தயாரிக்கலாம்" என்றது ஜெல்லி மீன். குரங்கு உறுதியளித்தது. குரங்கை தன் முதுகில் சுமந்து அரண்மனை நோக்கி ஜெல்லி மீன் நீந்தியது.

மூழ்கிக்கொண்டிருந்தபோது எந்த உறுதிமொழி வேண்டுமென்றாலும் கொடுக்க குரங்கு தயாராக இருந்தது. ஆனால், இப்போது பாதுகாப்பாக இருந்ததால், தன் உறுதிமொழி குறித்து யோசிக்கவும் தொடங்கியது. அதிகமாக யோசிக்க யோசிக்க தன்

கல்லீரலைக் கொடுக்கும் விருப்பமும் குரங்குக்கு குறைந்தது. பறவை நாகத்தின் மகள் மீதான பாசமும் குறைந்தது. இல்லை, குரங்குக்கு கொஞ்சம்கூட இதில் விருப்பமில்லை. புத்திசாலியான குரங்கு சொன்னது, "பொறு...பொறு, இப்போதுதான் நினைவுக்கு வருகிறது. நான் என் கல்லீரலை தீவில் உள்ள மரத்தில் தொங்கவிட்டுள்ளேன். என்னை மறுபடியும் அங்கே கொண்டுசெல், அதை நான் உனக்கு எடுத்துத் தருகிறேன்."

ஜெல்லி மீன் தீவுக்குத் திரும்பிச் சென்றது. உயரமான மரத்தில் தாவி ஏறிய குரங்கு, "என்னைக் காப்பாற்றியதற்கு மிகவும் நன்றி! எங்கே தேடியும்

என்னுடைய கல்லீரல் கிடைக்கவில்லை. அதனால், நான் இங்கேயே இருக்கிறேன்" என்று சொன்னது.

தான் ஏமாற்றப்பட்டதை ஜெல்லி மீன் உணர்ந்தது, ஆனால் ஜெல்லி மீனால் ஏதும் செய்ய இயலவில்லை. திரும்பி மெல்ல நீந்தி, கடலின் அடியில் உள்ள அரண்மனைக்குச் சென்று, நடந்ததை அரசர் பறவை நாகத்திடம் சொன்னது. அரசர் மிகவும் கோபமுற்றார்.

"உங்களுக்கு விசுவாசமாக இல்லாத இந்த ஜெல்லி மீனை அடிக்க எங்களை அனுமதியுங்கள்" அரசரிடம் வஞ்சக எண்ணமுடைய ஆக்டோபஸ் சொன்னது.

"சரி, நையப்புடையுங்கள்" என்றார் அரசர்.

ஜெல்லி மீனின் அனைத்து எலும்புகளும் நொறுங்கும்வரை அடித்து உதைத்தார்கள். ஜெல்லி மீன் அழ அழ ஆக்டோபஸ் சிரித்துக்கொண்டே இருந்தது.

அப்போது, "இங்கே பாருங்கள். எனக்கு நோயெல்லாம் இல்லை. கொஞ்சம் வயிற்று வலி அவ்வளவுதான்" என்று கத்திக்கொண்டே இளவரசி ஓடிவந்தார்.

தன் எதிரியான ஜெல்லி மீனை தண்டிப்பதற்காக, தங்களிடம் ஆக்டோபஸ் பொய் சொல்லியுள்ளதை அரசர் அறிந்தார்; மிகவும் கோபமடைந்தார். அரண்மனையிலிருந்து ஆக்டோபஸை நிரந்தரமாக வெளியேற்றிவிட்டு ஜெல்லி மீனை பாசத்தோடு ஏற்றுக்கொண்டார்.

எனவேதான் தற்போது ஆக்டோபஸ் தனியாக வாழ்கிறது, கடலில் வாழும் அனைவராலும் ஏளனமாகவும் அச்சத்துக்குரியதாகவும் பார்க்கப்படுகிறது. ஜெல்லி மீன்களுக்கு எலும்புகள் இல்லையென்றாலும்

விரைவாக நீந்த முடியாவிட்டாலும் கடலின் மற்ற உயிரினங்களால் அவைகள் தொந்தரவுக்குள்ளாவதே இல்லை.

15

மரங்களைப் பூக்க வைத்த தாத்தா

ஒருகாலத்தில், அன்பான தாத்தாவும் பாட்டியும் ஜப்பானில் உள்ள சிறிய கிராமத்தில் வாழ்ந்தார்கள். பக்கத்து வீட்டில், இழிவான எண்ணமுள்ள மனிதரும் அவரது மனைவியும் வாழ்ந்தார்கள். அன்பான தம்பதியரிடம் ஷிரோ என்கிற வெள்ளை நிற குட்டி நாய் இருந்தது. நாய்க்குட்டியை மிகவும் நேசித்த தம்பதியினர் எப்போதும் நல்ல உணவையேத் தின்ன கொடுத்தார்கள். ஆனால், மோசமான எண்ணமுள்ள மனிதர் நாய்களையே வெறுத்தார். ஷிரோவைப் பார்த்தபோதெல்லாம் அதன் மீது கற்களை வீசினார்.

ஒருநாள், முற்றத்தில் ஷிரோ சத்தமாக குரைத்துக்கொண்டிருந்தது. என்னாச்சு என்று

பார்ப்பதற்காக அன்பான தாத்தா வெளியே வந்தார். மேலும் மேலும் சத்தமாக குரைத்துக்கொண்டே நிலத்தை தோண்டிக்கொண்டிருந்தது ஷிரோ. "ஓ! நிலத்தைத் தோண்ட உனக்கு உதவி செய்யட்டுமா?" என்று கேட்ட தாத்தா, மண்வெட்டி எடுத்துவந்து தோண்டத் தொடங்கினார். திடீரென, கனமான ஏதோ ஒன்றின் மீது மண்வெட்டி இடித்தது. இன்னும் ஆழமாகத் தோண்டினார். தங்கத்தோடு பூமியில் புதைந்திருந்த ஒரு சிறிய பானையைக் கண்டார். அதை வீட்டுக்கு எடுத்துச் சென்ற அன்பான தாத்தா, தங்கம் இருந்த இடத்துக்கு தன்னை அழைத்துச் சென்றதற்காக ஷிரோவுக்கு நன்றி சொன்னார்.

அண்டை வீட்டு இழிவான மனிதரும் அவரின் மனைவியும் மறைந்திருந்து இவை அனைத்தையும் பார்த்துக்கொண்டிருந்தார்கள். அவர்களுக்கும் சிறிது தங்கம் வேண்டுமென்று நினைத்தார்கள். மறுநாள், அன்பான தாத்தா வீட்டுக்குச் சென்று, "கொஞ்ச நேரம் ஷிரோவை என்னோடு அனுப்ப முடியுமா?" என்று கேட்டார். "கண்டிப்பாக, ஷிரோவால் உங்களுக்கு ஏதாவது நன்மை நடக்குமென்றால் நீங்கள் அழைத்துச் செல்லலாம்" என்றார் அன்பான தாத்தா.

தன் வயலுக்கு ஷிரோவை அழைத்துச் சென்ற இழிவான மனிதர், "எனக்கும் சிறிது தங்கத்தைக் கண்டுபிடி. இல்லையென்றால் அடிப்பேன்" என்று கட்டளையிட்டார். எனவே, நிலத்தின் ஒரு பகுதியில் ஷிரோ தோண்டத் தொடங்கியது. இழிவான மனிதர், நாயை ஒரு மரத்தில் கட்டிவிட்டு தானே தோண்டத் தொடங்கினார். அவருக்கு கிடைத்ததெல்லாம், நாற்றமடிக்கும் குப்பைதான். இது அவரை கோபப்படுத்தியதால், மண்வெட்டியால் ஷிரோவின் தலையில் அடித்து கொன்றார்.

அன்பான மனிதரும் அவரின் மனைவியும், ஷிரோவை நினைத்து மிகவும் வருந்தினர். ஷிரோவை தங்கள் நிலத்தில் புதைத்து அதன் கல்லறையின் மீது ஒரு தேவதாரு மரத்தை நட்டனர். தினந்தோறும் கல்லறைக்குச் சென்று அன்போடு தேவதாரு மரத்துக்குத் தண்ணீர் விட்டனர்.

விரைவாக வளரத் தொடங்கிய தேவதாரு மரம், குறுகிய காலத்தில் பெரிய மரமாகியது. "ஷிரோ எப்படி அரிசி கேக் விரும்பி சாப்பிடும் என்பது நினைவிருக்கிறதா?" என கேட்ட அன்பான பாட்டி,

"இந்த மரத்தை வெட்டி அதன் தண்டுப்பகுதியில் உரல் செய்வோம். பிறகு, ஷிரோவின் நினைவாக உரலில் அரிசி போட்டு இடித்து, கொஞ்சம் அரிசி கேக் தயாரிப்போம்" என்றார். அன்பான தாத்தா, மரத்தை வெட்டி உரல் செய்தார். வேகவைத்த அரிசியை உரலில் போட்டு, அரசி கேக் செய்வதற்காக கைப்பிடியுள்ள உலக்கையால் (ஒருபக்கம் சுத்தியல்போல இருக்கும்) நன்றாக இடித்தார். அரிசியை இடிக்கத் தொடங்கிய சில நிமிடங்களில் அனைத்தும் தங்கமாக மாறியது. முன்னெப்போதும் இல்லாத அளவுக்கு அன்பான தாத்தாவும் பாட்டியும் செல்வந்தர்கள் ஆனார்கள்.

ஜன்னல் வழியாக எட்டிப் பார்த்துக்கொண்டிருந்த இழிவான மனிதரும் அவரின் மனைவியும், வெந்த அரிசி தங்கமாக மாறுவதைப் பார்த்தார்கள். அவர்களுக்கும் சிறிது தங்கம் தேவைப்பட்டது. மறுநாள் சென்று, 'உரலை கடனாகத் தர முடியுமா?' என்று கேட்டார்கள். "நிச்சயமாக, நீங்கள் இதை கடனாக வாங்கிச் செல்லலாம்" என்றார் அன்பான தாத்தா.

உரலை தன் வீட்டுக்கு எடுத்துச் சென்ற இழிவான மனிதர் வேகவைத்த அரிசியை அதில் இட்டு நிரப்பினார். "இப்போது பார். நான் அரிசியை இடிக்கத் தொடங்கியதும் அவை தங்கமாக மாறும்" என்று தன் மனைவியிடம் சொன்னார். ஆனால், அவர் அரிசியை இடிக்கத் தொடங்கியதும் மிகவும் நாற்றமுள்ள குப்பையாக அது மாறியது. இது மிகவும் கோபப்படுத்தியதால், கண்டம் துண்டமாக வெட்டி உரலை தீயிட்டு எரித்தார் இழிவானவர்.

தன் உரலை திருப்பி வாங்குவதற்காக அன்பான தாத்தா சென்றபோது, அது எரிந்து சாம்பலாகியிருந்தது. அந்த உரல், ஷிரோவை நினைவுபடுத்தியதால் தாத்தா மிகவும் வருந்தினார். அனுமதி பெற்று சிறிது சாம்பலை வீட்டுக்கு எடுத்துச் சென்றார்.

அது, குளிர்காலத்தின் நடுப்பகுதியென்பதால் மரங்கள் அனைத்திலும் இலைகளே இல்லை. அன்பான தாத்தா, கொஞ்சம் சாம்பல் எடுத்து தன் தோட்டத்தில் தூவினார். அவர் தூவியதும் தோட்டத்திலிருந்த அனைத்து செர்ரி மரங்களும் திடீரென்று பூக்கத் தொடங்கின. இந்த அற்புதத்தைப் பார்க்க எல்லோரும் வந்தார்கள். அருகிலுள்ள அரண்மனையில் வாழ்ந்த இளவரசரும் இதைக் குறித்து கேள்விப்பட்டார்.

இளவரசரிடமும் அவர் அதிகம் நேசித்த செர்ரி மரம் இருந்தது. அற்புதமான செர்ரி மலர்களைப் பார்ப்பதற்காக ஒவ்வோர் ஆண்டும் வசந்த காலத்துக்காக அவர் கஷ்டப்பட்டு காத்திருந்தார். ஆனால், அந்த ஆண்டு வசந்த காலம் வந்ததும் அவரது மரம் பட்டுப்போய்விட்டதைப் பார்த்து மிகவும் வருந்தினார். அன்பான தாத்தாவிடம் ஆளனுப்பி, வந்து தன் மரத்தை மீண்டும் உயிர்ப்பிக்குமாறு வேண்டினார்.

கொஞ்சம் சாம்பல் எடுத்துக்கொண்டு மரத்தின் உச்சியில் ஏறினார் தாத்தா. பட்டுப்போன கிளைகளின் மீது சாம்பலைத் தூவினார். அதை அவர்கள் அறிவதற்கு முன்பே, அதுவரை அவர்கள் பார்த்திராத மிக அழகான செர்ரி மலர்கள் மரம் முழுவதையும் மூடியிருந்தன.

மிகவும் மகிழ்ந்த இளவரசர், தாத்தாவுக்கும் பாட்டிக்கும் பெட்டி நிறைய தங்கமும் நிறைய பரிசுகளும் வழங்கினார். அனைத்துக்கும் மேலாக, அன்பான தாத்தாவுக்கு, "மரங்களைப் பூக்கச் செய்த மதிப்பான தாத்தா" என்கிற பட்டமும் வழங்கினார்.

மரங்களைப் பூக்கச் செய்த மதிப்பான தாத்தாவும் பாட்டியும் பெரும் செல்வந்தர்கள் ஆனார்கள். பல்லாண்டுகள் மகிழ்ச்சியோடு வாழ்ந்தார்கள்.

16

நண்டும் குரங்கும்

ஒருமுறை, நண்டும் குரங்கும் சேர்ந்து நடைபயிற்சிக்குச் சென்றன. நடக்கையில் ஒரு பெர்சிமன் பழவிதையை குரங்கு பார்த்தது. அரிசிப் பந்து ஒன்றை நண்டு பார்த்தது. அரிசிப் பந்துமீது ஆசைப்பட்ட புத்திசாலித்தனமாகப் பேசக்கூடிய குரங்கு, நண்டை வற்புறுத்தி பெர்சிமன் விதைக்கு ஈடாக அரிசிப் பந்தை வாங்கியது. விரைவாக அரிசிப் பந்தைச் சாப்பிட்டது குரங்கு.

பெர்சிமன் விதையை நண்டால் சாப்பிட முடியவில்லை. ஆனாலும், விதையை வீட்டுக்கு கொண்டு சென்று தன் தோட்டத்தில் ஊன்றியது. தினமும் கவனமாக நண்டு தண்ணீர் ஊற்றியதால் விதை விரைவில் வளரத் தொடங்கியது.

சிறு விதை விரைவிலேயே பெரிய மரமாக மாறியது. ஓர் இலையுதிர் காலத்தின்போது மரம் முழுவதிலும் பெர்சிமன் பழங்கள் இருப்பதைப் பார்த்த நண்டு பெர்சிமன் பழத்தைச் சாப்பிட ஆசைப்பட்டது. எவ்வளவு முயன்றும் நண்டினால் மரம் ஏற முடியவில்லை. எனவே, பெர்சிமன் பழங்களைப் பறித்து தருமாறு தன் குரங்கு நண்பரிடம் கேட்டது.

அரிசிப் பந்தைவிட பெர்சிமன் பழத்தை அதிகம் விரும்பிய குரங்கு, மரம் ஏறியவுடனேயே பழுத்திருந்த அனைத்து பழங்களையும் தின்னத் தொடங்கியது. கடினமான பழுக்காதவைகளையே கீழே நண்டுக்கு வீசியது. அதிலொன்று நண்டினுடைய தலையில் விழுந்து பெரிய காயம் ஏற்படுத்தியது.

கோபமடைந்த நண்டு, குரங்கைத் தண்டிப்பதற்காக உரல், குளவி, கஷ்கொட்டை எனும் தன்னுடைய மூன்று நண்பர்களிடம் உதவி கேட்டது. மூன்று நண்பர்களும் நண்டின் வீட்டைச் சுற்றி ஒருநாள் மறைந்து நின்றார்கள். தேநீர் அருந்த வருமாறு குரங்கை அழைத்தது நண்டு.

குரங்கு வந்ததும், நெருப்புக்கு பக்கத்தில் இருக்கை வழங்கப்பட்டது. தன்னையே நன்கு சூடாக்கிக்கொண்டு சாம்பலில் மறைந்திருந்த கஷ்கொட்டை திடீரென்று நெருப்பிலிருந்து வெடித்து குரங்கின் கழூத்தில் சூடு வைத்தது. வலியில் துடித்த குரங்கு தாவியது.

கண்ணிமைக்கும் நேரத்தில் குளவி கீழே பறந்து வந்து தன் கொடுக்கினால் குரங்கைக் கொட்டியது. குரங்கு தப்பித்து ஓடத் தொடங்கியது, ஆனால், கதவுக்கு மேலே மறைந்திருந்த உரல் தொப்பென்று குரங்கின் மீது விழுந்து முதுகை காயப்படுத்தியது.

தப்பிக்க வேறு வழியில்லை என்று அறிந்ததும், நண்டு மற்றும் அதன் நண்பர்களிடம் பணிந்து, "நண்டுடைய பெர்சிமன் பழத்தைத் தின்றபோது, பழுக்காத காயை அதன் மீது எறிந்து தவறிழைத்துவிட்டேன். இனிமேல் ஒருபோதும் இத்தகைய தவறை செய்ய மாட்டேன் என உறுதியளிக்கிறேன். தயவுசெய்து என்னை மன்னியுங்கள்" என்றது குரங்கு.

குரங்கு மன்னிப்பு கேட்டதை நண்டு ஏற்றுக்கொண்டது. அவர்கள் மறுபடியும் நண்பர்களானார்கள். பாடம் கற்றுக்கொண்ட குரங்கு அதன் பிறகு யாரையுமே ஏமாற்றவில்லை.

17

அரக்கனும் சேவலும்

அங்கே ஒருகாலத்தில் வானைத் தொடுமளவுக்கு உயரமான செங்குத்தான மலை இருந்தது. அந்த மலையின் உச்சியில் கொடூரமான அரக்கன் வாழ்ந்தான். சிவப்பு தோலும், தலையின் வெளியே வளர்ந்த ஒற்றைக் கொம்பும் உள்ள அந்த அரக்கன், மலையடிவாரத்தில் இருந்த கிராம மக்களுக்கு எப்போதும் கொடுமைகள் செய்து வந்தான்.

மலையடிவாரத்தில் வேலை செய்த கிராமத்து விவசாயிகள் ஒருநாள் காலையில் தங்கள் வயலுக்குச் சென்றபோது காய்கறிகள் அனைத்தும் அழுகிக் கிடந்ததைக் கண்டார்கள். யாரோ அனைத்தையும் வேரோடு பிடுங்கி ஒன்றுகூட விடுபட்டுவிடாத அளவுக்கு கால்களால் மிதித்திருந்ததையும் பார்த்தார்கள்.

இத்தகைய செயலை யார் செய்திருப்பார்கள் என வியப்போடு பார்த்தவர்கள், வயல் முழுவதும் அரக்கனின் பாதச்சுவடுகளைக் கண்டார்கள்.

இது, விவசாயிகளைக் கோபப்படுத்தியது. அரக்கனின் தந்திரங்களால் ஏற்கெனவே களைத்துப்போனவர்கள், அழிக்கப்பட்ட காய்கறிகளைப் பார்த்தவுடன் மேலும் கோபமானார்கள். நிமிர்ந்து மலையைப் பார்த்து, "ஏய், கொடூர அக்கனே, இத்தகைய கொடுமைகளை நீ நிறுத்தக்கூடாதா?" என்று கத்தினர்.

மலையுச்சியில் இருந்து குனிந்து மக்களைப் பார்த்த அரக்கன் அச்சுறுத்தும் குரலில், "என் இரவு உணவுக்காக தினந்தோறும் நீங்கள் ஒரு மனிதனை எனக்குத் தர வேண்டும். தந்தால், நிறுத்துகிறேன்" என்றான்.

இதுபோன்ற ஒரு கோரிக்கையை இதற்கு முன்பு விவசாயிகள் கேள்விப்பட்டதேயில்லை. அரக்கனை நோக்கி தங்கள் ஆயுதங்களை ஆட்டி, "தினந்தோறும் ஒரு மனிதனைத் தின்பதற்கு, நீ யாரென்று உன்னை நினைத்துக்கொண்டிருக்கிறாய்?" என்று திருப்பி கத்தினார்கள்.

"நான் நிலத்தின் அரக்கர்களுக்கெல்லாம் அரக்கன்" மீண்டும் கர்ஜித்தது. "அதுதான் நான். என்னால் இயலாதது எதுவுமே இல்லை. ஹா ஹா ஹா" அரக்கனின் குரல் மலை முழுவதும் பெருஞ்சத்தத்துடன் எதிரொலித்தது, மரங்களையெல்லாம் வளைந்து ஆட வைத்தது.

"அப்படியென்றால் சரி. நீ எவ்வளவு உயர்ந்தவன் என்பதை பார்த்துவிடுவோம்! எங்கள் வயல்களில் இருந்து மலையின் உச்சிவரை கற்களால் 100 படிகளை ஒரே இரவில் உன்னால் கட்ட முடிந்தால், நீ என்னென்ன கேட்கிறாயோ அவையனைத்தையும் நாங்கள் செய்கிறோம்" என்று விவசாயிகள் திருப்பி கூச்சலிட்டார்கள்.

"ஏன் சந்தேகம்? என்னால் செய்ய முடியும். நாளை காலையில் முதல் சேவல் கூவுவதற்கு முன்பாக நான் கட்டி முடிக்காவிட்டால், நான் சென்றுவிடுவேன் என்று உறுதியாகச் சொல்கிறேன். அதன் பிறகு ஒருபோதும் உங்களைத் தொந்தரவு செய்ய மாட்டேன்" என்று அரக்கன் பதில் சொன்னான்.

இருட்டத் தொடங்கினதும் கிராமத்துக்குள் மெல்ல கவனமாகச் சென்ற அரக்கன், சூரிய உதயத்தைப் பார்க்க முடியாதபடி, ஒவ்வொரு சேவலின் தலையிலும் வைக்கோல் தொப்பியை கவிழ்த்து வைத்தான். "இப்போது நான் அந்தப் படிகளைக் கட்டுவேன்" என்று அரக்கன் தனக்குள் சொல்லிக்கொண்டான். பிறகு, மலையுச்சிவரை படிகட்டும் வேலைக்குச் சென்றான்.

கஷ்டப்பட்டும், மிக விரைவாகவும் வேலைசெய்த அரக்கன், சூரியன் கிழக்கே உதிக்கத் தொடங்குகையில் ஏற்கெனவே 99 படிகள் கட்டி முடித்துவிட்டான். "சேவல்களால் கூவ முடியாது. அதனால், எனக்கு இன்னும் நிறைய நேரம் இருக்கிறது" என நினைத்து, தனக்குள்ளே புன்னகைத்தான்.

மலையில் அன்பான ஒரு தேவதையும் வாழ்ந்தது. அரக்கனையும் அது செய்த மட்டமான தந்திரத்தையும் பார்த்துக்கொண்டிருந்தது. கடைசி கல்லுக்காக அரக்கன் படியில் இங்கி கீழே சென்றபோது, தேவதை கீழே பறந்து சென்று ஒரு சேவலின் தலையிலிருந்த வைக்கோல் தொப்பியை எடுத்துவிட்டது.

சூரியன் உதித்துவருவதைக் கண்ட சேவல் சத்தமாகக் கூவியது, "கொ-கே-கொக்-கோ". இது அனைத்து சேவல்களையும் எழுப்பிவிட்டது. அனைத்து சேவல்களும் கூவத் தொடங்கின.

இதைக் கேட்டு ஆச்சரியப்பட்ட அரக்கன், "நான் தோற்றுவிட்டேன். இன்னும் ஒரே ஒரு படிதான் கட்டவேண்டியுள்ளது" என்று கத்தியது. அரக்கர்கள்கூட அவர்களின் வாக்குறுதிகளை கடைபிடிப்பார்கள் என்பதால், சோகத்துடன் தன் கொம்பை தடவிக்கொண்டு மலையினுள் வெகுதூரம் சென்றது.

அதன்பிறகு யாருமே அரக்கனைப் பார்க்கவில்லை. மலையடிவாரத்தில் விவசாயிகள் மகிழ்ச்சியாக வாழ்ந்தார்கள். மக்களே படியைக் கட்டி முடித்தார்கள். அழகான இயற்கை காட்சியைக் கண்டு களிப்பதற்காக கோடை காலத்தில் அடிக்கடி மலைமேல் ஏறிச் சென்றார்கள்.

18

கடலைக் கடந்த முயல்

ஒருகாலத்தில், வெள்ளை முயலொன்று வாழ்ந்து வந்தது. அலைகளுக்கு அந்தப்பக்கம் அழகான தீவு இருப்பதைப் பார்த்த முயல், கடலைக் கடந்து எப்படியாவது அங்கே போக ஆசைப்பட்டது. ஆனால், முயலால் நீந்த இயலாது. அந்தப்பக்கம் படகுகளும் இல்லை.

முயலுக்கு ஒரு எண்ணம் தோன்றியது.

கடலில் இருந்த சுரா மீனை அழைத்து கேட்டது, "நம்மில் யாருக்கு நிறைய நண்பர்கள் இருக்கிறார்கள், உங்களுக்கா, எனக்கா?"

"எனக்கு நிச்சயமாகத் தெரியும். எனக்குதான் நிறைய நண்பர்கள் இருக்கிறார்கள்" என்றது சுரா.

"சரி, அதை உறுதி செய்துகொள்வதற்காக நாம் எண்ணிப் பார்ப்போம்" என்று சொன்ன

முயல், "இந்த இடத்திலிருந்து அந்த தீவுவரை, நீங்கள் ஏன் உங்கள் நண்பர்களை வரிசையாக நிற்கச் சொல்லக் கூடாது? பிறகு நான் அவர்களை எண்ணுவேன்" என்றது.

அனைத்து சுறா மீன்களும் கடலில் வரிசையாக நின்றன. ஒரு சுறாவின் முதுகிலிருந்து அடுத்த சுறாவின் முதுகுக்கு "ஒன்று, இரண்டு, மூன்று..." என எண்ணிக்கொண்டே தாவி கடைசியில் தீவை அடைந்தது முயல்.

சுறாக்களைத் திரும்பிப் பார்த்து, "ஹா... ஹா! முட்டாள் சுறாக்களே! நான் உண்மையிலேயே உங்களை ஏமாற்றிவிட்டேன். உங்களுக்குத் தெரியாமலேயே, உங்களை எனக்கு பாலமாக பயன்படுத்திக் கொண்டேன்" என்றது.

சுறாக்கள் மிகவும் கோபமடைந்தன. ஒரு சுறா பாய்ந்து தன் கூர்மையான பற்களால் முயலின் சிறிது முடியை கடித்து பறித்தது.

"ஐயோ! வலிக்கிறதே" என்று சுத்திய முயல் அழத் தொடங்கியது.

தீவின் அரசர் அவ்வழியே வந்தார். என்ன நடந்தது என்று முயலிடம் கேட்டு, முயலின் கதையை அறிந்தார். "நீ ஒருபோதும் அடுத்தவரை ஏமாற்றவோ, மறுபடியும் பொய் சொல்லவோ கூடாது. நல்லபடியாக நடந்துகொள்வதாக நீ வாக்குறுதி கொடுத்தால், இழந்த முடியை எப்படி திரும்பப் பெறுவது என நான் உனக்குச் சொல்கிறேன்" என்றார்.

"சத்தியம்... சத்தியம்" என்றது முயல்.

அரசர் சிறிது நாணற் புற்களைச் சேகரித்து கூடு கட்டி, "இப்போது, நீ இந்தக் கூட்டில் இரவு முழுவதும் தூங்கு. முடிகள் மீண்டும் முளைக்கும்" என்றார்.

தனக்குச் சொல்லப்பட்டபடியே முயல் செய்தது. மறுநாள் காலை அரசரிடம் சென்று, "மிக்க நன்றி. என்னுடைய முடி வளர்ந்துவிட்டது. நான் மீண்டும் ஆரோக்கியமாக இருக்கிறேன். நன்றி.. நன்றி.. நன்றி" என்றது முயல்.

கடற்கரையோரமாக ஆடிக்கொண்டும் பாடிக்கொண்டும் குதித்துச் சென்ற முயல், அதன்பிறகு யாரையும் ஏமாற்ற முயற்சிக்கவேயில்லை.

19

நன்றியுள்ள சிலைகள்

முன்னொரு காலத்தில், ஜப்பானில் உள்ள ஒரு கிராமத்தில் அன்பான தம்பதியர் வாழ்ந்தார்கள். மிகவும் ஏழையான அவர்கள் வைக்கோலால் தொப்பிகள் செய்வதில் அன்றாடப் பொழுதைக் கழித்தார்கள். குறிப்பிட்ட எண்ணிக்கையில் தொப்பிகள் செய்து முடித்தவுடன், அவைகளை தாத்தா அருகிலுள்ள நகரத்துக்கு எடுத்து சென்று விற்பார்.

ஒருநாள், "இன்னும் இரண்டு நாளில் புத்தாண்டு வருகிறது. சாப்பிடுவதற்கு அரிசி கேக் இருந்தால் நல்லாருக்கும்ல! ஒன்று அல்லது இரண்டு சிறிய கேக்குகள்கூட போதும். அரிசி கேக்குகள் இல்லாமல் நம்மால் புத்தாண்டை கொண்டாட இயலாது" என்று பாட்டியிடம் தாத்தா சொன்னார்.

"அப்படியென்றால், நாம் செய்த இந்த தொப்பிகளையெல்லாம் விற்றபிறகு,

புத்தாண்டுக்காக கொஞ்சம் அரிசி கேக்குகள் வாங்கி வாருங்கள்" என்றார் பாட்டி.

மறுநாள் அதிகாலையில், தாங்கள் செய்த 5 புதிய தொப்பிகளை எடுத்துக்கொண்டு அவைகளை விற்பதற்காக நகரத்துக்குச் சென்றார் தாத்தா. அவரால் ஒரு தொப்பிகூட விற்க இயலவில்லை. பனியும் மிக அதிகமாக பொழியத் தொடங்கியது.

சோர்வுற்று சோகமாக தன் தொப்பிகளுடன் மெல்ல வீட்டுக்கு நடக்கத் தொடங்கினார். மலைப் பாதையில் தனியாக நடந்தபோது குழந்தைகளின் பாதுகாவலரான ஜிசோவின் (Jizo) ஆறு கற்சிலைகளைப் பார்த்தார். அனைத்தும் பனியால் மூடப்பட்டிருந்தன.

"அட... இது ரொம்ப கொடுமை...இவை அனைத்தும் ஜிசோவின் கற்சிலைகள்தான் என்றாலும், இப்படி பனியில் நிற்பது அவைகளுக்கு எவ்வளவு குளிரும்" என்றார் தாத்தா.

"நான் என்ன செய்ய வேண்டும் என்பது எனக்குத் தெரியும்" என்று தனக்குள் சொல்லிக்கொண்டு, பையைப் பிரித்து ஐந்து தொப்பிகளையும் சிலைகளின் தலைகளில் ஒவ்வொன்றாக மாட்டத் தொடங்கினார்.

கடைசி சிலைக்கு வந்தபோதுதான் கவனித்தார், அனைத்து புதிய தொப்பிகளும் முடிந்துவிட்டன. "ஆகா... போதுமான தொப்பி இல்லையே" என்று சொன்னார். தன் தலையில் இருந்த முக்காடு நினைவுக்கு

வர, அதை அவிழ்த்து கடைசி சிலையின் தலையில் கட்டினார். பிறகு தன் வீட்டுக்குச் சென்றார்.

வீட்டுக்குச் சென்றபோது, வயதான பாட்டி நெருப்போடு காத்திருந்தார். கணவரை பார்த்தவுடன், "பனியில் உறைந்து பாதி செத்துப்போயிருப்பீர்கள்... விரைவாக வந்து நெருப்புக்கு அருகில் அமருங்கள். உங்கள் முக்காடை என்ன செய்தீர்கள்?" என கத்தினார்.

தன் தலையில் இருந்த பனியைத் தட்டிவிட்டு தாத்தா நெருப்புக்கு அருகில் வந்தார். ஐந்து புதிய தொப்பிகளையும் இவரின் முக்காட்டையும் ஆறு ஜிசோ சிலைகளுக்கு எப்படிக் கொடுத்தார் என்பதை பாட்டியிடம் சொன்னார். தன்னால் அரிசி கேக் எதையும் கொண்டுவர இயலவில்லை என்பதற்கு வருத்தமும் தெரிவித்தார்.

"சிலைகளுக்கு நீங்கள் செய்தது மிகவும் அன்புக்குரிய காரியம்" என்றார் பாட்டி. தாத்தாவைப் பற்றி மிகவும் பெருமைப்பட்ட பாட்டி, "உலகில் உள்ள அரிசி

கேக்குகள் அனைத்தையும் வைத்திருப்பதைவிட, இது போன்ற இரக்கச் செயல் செய்வது மேலானது. அரிசி கேக்குகள் ஏதுமில்லாமலே நாம் புத்தாண்டை கொண்டாடுவோம்" என்றார்.

ஏற்கெனவே இரவு வெகுநேரம் ஆகிவிட்டதால் தாத்தாவும் பாட்டியும் விரைவிலேயே தூங்கச் சென்றார்கள்.

விடிவதற்கு சற்று முன்பாக, அவர்கள் இருவரும் இன்னும் தூங்கிக்கொண்டிருக்கையில், மிக அற்புதமான செயலொன்று நடந்தது. திடீரென்று தூரத்தில் பாடும் சத்தம் கேட்டது:

"அன்புக்குரிய வயதானவர் ஒருவர் பனியில் நடந்தார்

அனைத்து தொப்பிகளையும் ஜிசோ கற்சிலைகளுக்குக் கொடுத்தார்

எனவே நாங்கள் அவருக்கு பரிசுகள் கொண்டு வருகிறோம்...!"

இந்தச் சத்தம் அருகே, மிக அருகே கேட்டது. பனியில் நடக்கும் சத்தமும் கேட்டது. இவர்களது வீட்டை நோக்கி காலடிச் சத்தம் வந்தது. வீட்டுக்கு முன்பு கனமான பொருள் விழுந்ததுபோன்ற பேரோசை திடீரென கேட்டது.

தங்கள் கட்டிலில் இருந்து குதித்தெழுந்து வாசலுக்கு தாத்தாவும் பாட்டியும் ஓடினர். அவர்கள் கதவைத் திறந்தபோது, இதற்கு முன்பு ஒருபோதும் பார்த்திராத, பெரிய மிக அழகான அரிசி கேக்குகள் அற்புதமாக வைக்கப்பட்டிருந்ததைப் பார்த்தார்கள்.

"இதை யார் இங்கே கொண்டுவந்திருப்பார்கள்?" என கேட்டுக்கொண்டே சுற்றிலும் தேடினார்கள்.

அவர்களின் வீட்டிலிருந்து கால்தடம் பனியில் செல்வதைக் கண்டார்கள். பனி முழுவதும் விடியலின் வண்ணங்களால் நிரம்பியிருந்தது. தூரத்தில், கால்தடம் சென்ற பாதையில், ஜிசோ சிலைகள் இருந்த இடத்தில், முதியவர் கொடுத்த தொப்பிகள் இன்னும் கற்சிலைகளின் தலையில் இருந்தன.

"ஜிசோ கற்சிலைகள்தான் அற்புதமான இந்த அரிசி கேக்குகளை நமக்கு கொண்டுவந்துள்ளான்" என்றார் தாத்தா.

"நீங்கள் உங்கள் தொப்பிகளை அவைகளுக்குக் கொடுத்து இரக்கம் காட்டினீர்கள். எனவே, நன்றி சொல்லும் விதமாக இந்த அரிசி கேக்குகளைக் கொண்டுவந்துள்ளன" என்றார் பாட்டி.

தாத்தாவும் பாட்டியும் தங்கள் புத்தாண்டு தினத்தை அற்புதமாகக் கொண்டாடினார்கள். ஏனென்றால், அவர்கள் பகிர்ந்துகொள்ள அற்புதமான அரிசி கேக்குகள் இருந்தன.

20

குட்டைவால் குரங்கு

இளமையான முட்டாள் குரங்கு ஒன்று ஒருகாலத்தில் வாழ்ந்து வந்தது. தந்திரங்களையும், முட்டாள்தனமான, ஆபத்தான செயல்களையும் எப்போதும் செய்தது. "மிகவும் கவனமாக இருக்க வேண்டும், இல்லாவிட்டால் என்றாவது ஒருநாள் ஆபத்தைச் சந்திப்பாய்", என்று மற்ற குரங்குகள் தொடர்ந்து சொல்லிக் கொண்டேயிருந்தன, ஆனாலும் அவைகளுக்கு இக்குரங்கு செவிகொடுக்கவே இல்லை.

முட்டாள் குரங்கு, ஒருநாள் காட்டில் வேகமாக ஓடியது. உயரமான மரத்தில் ஏறியது. நீளமான கிளையில் தொங்கி ஆடியது. கவனக்குறைவால் மரத்திலிருந்து கீழே முள்ளின் மீது விழுந்தது. நீளமான கூர்மையான முள், வால் நுனியில் குத்தி வெளியேறியது.

"ஓ...ஓ..ஓ.. வலிக்கிறதே" வாலைப் பற்றிக்கொண்டு அழுதது. சத்தமாகக் கத்தியது.

இந்த முட்டாள் குரங்கு, தைரியமான குரங்கெல்லாம் இல்லை.

அவ்வழியே ஒரு நாவிதர் கையில் கத்தியுடன் நடந்து வந்துகொண்டிருந்தார். அவரைப் பார்த்த குரங்கு, "நாவிதரே! தயவுசெய்து என் வாலில் இருந்து இந்த முள்ளை வெட்டி எடுங்கள்" என்று சொன்னது.

தன்னுடைய கத்தியை எடுத்து, முள்ளை வெட்டி எடுக்கத் தொடங்கினார் நாவிதர். ஆனால், வாலுக்கு அருகே கத்தி வந்தவுடன், "ஐயோ! வலிக்கப் போகிறதே" என்று கத்தியது. இதைச் சொல்லிவிட்டு உயரே துள்ளிக் குதித்தது. வாலோடு சென்ற கத்தி வாலின் நுனியை வெட்டித் துண்டாக்கியது.

இதைப் பார்த்த குரங்கு, மிகவும் கோபத்துடன், "என் வாலை என்ன செய்துள்ளாய் எனப் பார். என்னுடைய வால் பழையபடி எனக்கு வேண்டும். இல்லாவிட்டால் உன் கத்தியை எனக்கு கொடுக்க வேண்டும்" என்றது.

உண்மைதான், நாவிதரால் குரங்கின் வாலை திரும்பக் கொடுக்க இயலாது. எனவே தன் கத்தியைக் கொடுத்தார். கத்தியை கையில் பிடித்துக்கொண்டு முட்டாள் குரங்கு காட்டுக்குள் சென்றது. குட்டைவாலைப் பார்க்கவே வேடிக்கையாக இருந்தது.

கத்தியை நினைத்து கர்வப்பட்டதால், முட்டாள் குரங்கு வாலைப்பற்றி நினைக்கவேயில்லை.

தற்போது, காட்டில் விறகு சேகரித்துக்கொண்டிருந்த ஒரு பாட்டியிடம் வந்தது. சில விறகு கட்டைகள் நீளமாக இருந்ததால், வீட்டுக்கு எடுத்துச் செல்வதற்காக, விறகுகளை பாட்டி உடைத்துக்கொண்டிருந்தார். பாட்டியை சிறிதுநேரம் பார்த்துக்கொண்டிருந்தது குரங்கு.

யாரிடமாவது தன்னுடைய அழகான கத்தியைக் காட்ட வேண்டும் என நினைத்திருந்த குரங்குக்கு இது நல்ல வாய்ப்பாக தெரிந்தது. "இங்கே பாருங்கள் பாட்டி என்னிடம் அழகான கத்தி இருக்கிறது. இது கூர்மையானது. நீங்கள் விரும்பினால், விறகு வெட்டுவதற்கு என்னிடமிருந்து வாங்கிக்கொள்ளலாம்" என்றது.

பாட்டி மிகவும் மகிழ்ந்தார். "மிக்க நன்றி குரங்கே" என்று சொல்லிவிட்டு குரங்கின் கத்தியால் விறகுகளை வெட்டத் தொடங்கினார்.

குரங்கின் கத்தி, விறகு வெட்டுவதற்கானது அல்ல என்பதால் விரைவிலேயே கத்தியில் பிளவுகளும் கீறல்களும் விழுந்தன.

இதைக் கண்ட குரங்கு மிகவும் கோபமானது. "என் கத்தியை என்ன செய்துள்ளீர்கள். பாருங்கள். அது எப்படி இருந்ததோ அதேபோல எனக்கு நீங்கள் திருப்பித் தரவேண்டும். இல்லாவிட்டால் உங்கள் விறகுகளை எனக்குத் தரவேண்டும்" என்றது.

உண்மைதான், பாட்டியால் பழையபடி கத்தியைக் கொடுக்கவியலாது. எனவே, கொஞ்சம் விறகு கொடுத்தார் பாட்டி. முட்டாள் குரங்கானது விறகைச் சுமந்தபடி காட்டுக்குள் சென்றது. குட்டைவால், வேடிக்கையாக தெரிந்தாலும், கையில் இருந்த விறகினால் மிகவும் கர்வப்பட்ட முட்டாள் குரங்கு தன் வாலைப்பற்றி நினைக்கவேயில்லை.

தற்போது, அடுமனையில் (Bakery) ஒரு பெண் கேக் செய்துகொண்டிருப்பதை குரங்கு பார்த்தது. வேறெதையும்விட ரொட்டி என்றால் குரங்குக்கு மிகவும் பிடிக்கும். கொஞ்சம் ரொட்டி சாப்பிட வேண்டும்போல மிகவும் ஆசையாக இருந்ததால், "அக்கா, இங்கே பாருங்கள் என்னிடம் நல்ல காய்ந்த

விறகுகள் இருக்கின்றன. ரொட்டி செய்வதற்கு நீங்கள் இதை வாங்கிக்கொள்ளலாம்” என்றது.

கடைக்கார பெண் மிகவும் மகிழ்ந்தார். ஏனென்றால், அவரிடம் இருந்த விறகு பச்சையாக இருந்ததால் சரியாக எரியாமல் இருந்தது. “நன்றி குரங்கே” என்று சொல்லிவிட்டு குரங்கு கொண்டுவந்த விறகை எடுத்து அடுப்பில் வைத்தார்.

காய்ந்திருந்த விறகு வெகுவிரைவில் கொழுந்துவிட்டு எரிந்தது. அனைத்து ரொட்டிகளும் செய்து முடிக்கும்வரை குரங்கு காத்திருந்தது. “ஆகா! என்னே அருமையான வாசம்!” தன் உதடுகளை நக்கிக்கொண்டு நின்றது. அடுப்பிலிருந்து ரொட்டிகளை எடுக்கத் தொடங்கினார் அப்பெண். அனைத்து விறகுகளும் எரிந்து சாம்பலாகிவிட்டன.

இதைப் பார்த்தவுடன் குரங்கு மிகவும் கோபமானது. “என் விறகுகளை நீங்கள் என்ன செய்துவிட்டீர்கள் பாருங்கள்? என் விறகுகளை திரும்பக் கொடுங்கள் அல்லது நீங்கள் செய்த ரொட்டியில் கொஞ்சம் கொடுங்கள்” என்றது.

“நான் எப்படி விறகுகளைத் திருப்பிக்கொடுக்க இயலும்? நெருப்பில் எரிந்ததை நீ பார்த்தாயே?” என்றார் அப்பெண்.

“அதெல்லாம் எனக்குத் தெரியாது. நீங்கள் கண்டிப்பாக விறகைக் கொடுக்க வேண்டும் அல்லது எனக்கு ரொட்டி கொடுக்கவேண்டும்” என்றது முட்டாள் குரங்கு.

உண்மைதான். அப்பெண்ணால் சாம்பலை மீண்டும் விறகாக மாற்ற முடியவில்லை. எனவே அடுப்பிலிருந்து சூடாக சில ரொட்டிகளை எடுத்து குரங்கிடம் கொடுத்தார். பிறகு, சுவையான ரொட்டிகளைச் சிறுகச் சிறுகக் கொறித்துக்கொண்டே முட்டாள் குரங்கு

காட்டுக்குள் சென்றது. குட்டைவாலைப் பார்ப்பதற்கே வேடிக்கையாக இருந்தது, தின்பதில் பரபரப்பாக இருந்ததால் தன் வாலைப்பற்றி அது நினைக்கவேயில்லை.

தற்போது, அழகான பித்தளை மணியை சுமந்து வந்த வயதான மனிதர் ஒருவரை முட்டாள் குரங்கு பார்த்தது. இதைப்போன்ற மணி இருந்தால் நன்றாக இருக்குமே! இருந்தால் எல்லாரும் நான் சொல்வதைக் கேட்பார்கள் என நினைத்தது குரங்கு. இன்னும் சில ரொட்டிகள் மீதம் இருந்ததால், "தாத்தா, இதோ என்னிடம் சுவையான ரொட்டிகள் சில இருகின்றன. உங்களுடைய பழைய மணிக்குப் பதிலாக இதைத் தருகிறேன்" என்று சொன்னது. காய்ந்த ஒரு ரொட்டியை அந்த மனிதருக்குக் கொடுத்தது.

ரொட்டியைத் தின்ற தாத்தா, அது மிகவும் சுவையாக இருந்ததால் இன்னும் கொஞ்சம் எதிர்பார்த்தார், "சரி, நீ மணியை எடுத்துச் செல் நான் ரொட்டியை எடுத்துக்கொள்கிறேன்" என்றார்.

பிறகு மணியை எடுத்துக்கொண்ட முட்டாள் குரங்கு காட்டில் இருந்த உயரமான மரத்தில் ஏறியது. அங்கு கிளைகள் மிகவும் மெல்லியதாக இருந்தன. வளையவும் செய்தன. பித்தளை மணியை நினைத்து கர்வப்பட்ட குரங்கு தன்னுடைய குட்டை வாலைப் பற்றி நினைக்கவேயில்லை.

மணியை அடித்துக்கொண்டு மிகவும் சத்தமாகப் பாடத் தொடங்கியது முட்டாள் குரங்கு. காட்டில் உள்ள அனைத்து குரங்குகளும் அப்பாடலைக் கேட்டன. குரங்கு பாடியது இதுதான்!

"நான் அழகான குட்டி குரங்கு
பூமியிலேயே நான்தான் அழகு
என்னுடைய நேர்த்தியான பித்தளை மணியுடன்!
டய்ங்...டய்ங்...ட..ய்..ங்!

எனக்கு அழகான வால் இருந்தது
கத்திக்குப் பதிலாக வாலை விற்றேன்
விறகுக்குப் பதிலாக கத்தியை விற்றேன்
ரொட்டிக்குப் பதிலாக விறகை விற்றேன்
மணிக்குப் பதிலாக ரொட்டியை விற்றேன்-
மணி, நேர்த்தியான பித்தளை மணி.
டய்ங்...டய்ங்...ட..ய்..ங்!

குரங்கு இப்படிப் பாடியதையும் குட்டைவால் காற்றில் ஆடியதையும் அனைத்து குரங்குகளாலும் பார்க்க முடிந்தது. கடைசி டய்ங்.. மிகவும் வலுவாக அடித்தபோது மரத்திலிருந்து நேரே பூமியில் மற்றொரு முட்புதர்மேல் விழுந்தது முட்டாள் குரங்கு.

விழுந்த குரங்கின் உடலில் இருந்த முற்களை அகற்றுகையில் அனைத்து குரங்குகளும் அடக்கமுடியாமல் சிரித்தன. எப்போதும் "குட்டைவால் டய்ங்.. டய்ங்.." என்றே அழைத்தன. பிறகு, ஒருபோதும் தன் வாலை அது மறக்கவேயில்லை.

சூ.ம.ஜெயசீலன் எழுத்து படைப்புகள்

கீற்று வெளியீடு

 01. பச்சைச் சருகுகள்

நியூ செஞ்சுரி பதிப்பகம்

 02. மலேசிய வேருக்குள் தமிழர் இரத்தம்

 03. ஈழ யுத்தத்தின் சாட்சிகள்

பாரதி புத்தகாலயம்

 04. உஷ்... குழந்தைங்க பேசுறாங்க

 05. காயம் போற்றும் காவியம்

 06. இது நம் குழந்தைகளின் வகுப்பறை

- கவிதை உறவு – 2015 இரண்டாம் பரிசு.

- சென்னை புத்தகத் திருவிழா -2017 *சிறந்த கல்வி நூல் விருது.*

- தமிழ்நாடு ஆசிரியர் கல்வியியல் பல்கலைக்கழகப் பாடத்திட்டத்தில் இணைக்கப்பட்டுள்ளது - *Course EPC-Reading and Reflecting on Texts)*

 07. வாழ்வைத் திறக்கும் சாவி

- கவிதை உறவு – 2020 முதல் பரிசு

வைகறை பதிப்பகம்

 08. எந்தப் பிழையால் இந்தத் தலைமுறை

 09. திருநங்கைகள் : வாழ்வியல் – இறையியல்

 10. இஸ்ரயேல் - அகதிகளாய் அலைந்தவர்களின் வரலாறு

ஆனந்தா பதிப்பகம்

 11. புனித பீட்டர் தமியான்

 12. புனித சந்தியாகப்பர்

 13. அமைதியின் அருளோவியம்: அருளாளர் இரண்டாம் ஜான் பால்

நல்லாயன் பதிப்பகம்

 14. புனிதர்களோடு வழி நடக்க வழி நடத்த (மூன்று பாகங்கள்)

நண்பர்கள் வெளியீடு

15. நாவலர் மன்றம்: ஈழத்தமிழ் எழுத்தாளர்கள் வரலாறு

மொழிபெயர்ப்பு

16. நதி வாழ்வு நிறை வாழ்வு - ஆவணப்படம்

17. என் பெயர் நுஜூத், வயது 10, விவாகரத்து ஆகிவிட்டது (டிஸ்கவரி புக் பேலஸ்)

18. என் அன்புக்குரிய குழந்தைகளை விட்டுவிட்டு... (ஜப்பான் இலக்கியம்; நல்லாயன் பதிப்பகம்)

19. ஆன்டன் செகாவ் சிறுகதைகள் (பாரதி புத்தகாலயம்)

20. கொரிய நாட்டு குழந்தைகளுக்குப் பிடித்த கதைகள் (பாரதி புத்தகாலயம்)

21. ஜப்பான் நாட்டு குழந்தைகளுக்குப் பிடித்த கதைகள் பாகம் – 1 (பாரதி புத்தகாலயம்)

22. ஜப்பான் நாட்டு குழந்தைகளுக்குப் பிடித்த கதைகள் பாகம் – 2 (பாரதி புத்தகாலயம்)

மேலும்,

எட்டாம் வகுப்பு **வளரும் இளமை** நன்னெறி பாட நூலாசிரியர்களுள் ஒருவர்.